THE WAY OF ZEN IN VIETNAM

NGUYEN GIAC

THIỀN TÔNG VIỆT NAM

NGUYÊN GIÁC

Published by
Ananda Viet Foundation – 2020

NGUYÊN GIÁC

ACKNOWLEDGMENTS

This book is dedicated to my teachers -- The late Zen Masters Thich Tich Chieu and Thich Thuong Chieu; the late Dharma Masters Thich Thien Tam and Thich Tai Quang; and all the teachers whose books I read and learned from, including H.H. the 14th Dalai Lama, Thich Thanh Tu, Thich Nhat Hanh, Thich Minh Chau, Thich Duy Luc, Le Manh That, Tue Sy, etc. This book is also dedicated to all my parents in this life and other lives, and to all other sentient beings.

Specifically, I am indebted to the Zen Master Thich Thanh Tu, Prof. Le Manh That, researcher Tran Dinh Son, Thanissaro Bhikkhu, Bhikkhu Bodhi, Bhikkhu Sujato, Bhikkhu Nguyen The Dang (who is also my elder Dharma brother), and many others whose works I relied on while working on this book.

Also, I would like to thank the layperson Tâm Diệu, who posted my articles on Thư Viện Hoa Sen (thuvienhoasen.org) for decades and now helped publish this book via the Ananda Viet Foundation.

Lastly, the author would like to say a special thanks to Dan Phan for helping to check the spelling and grammar of this book.

Sách này được dâng cúng cho các vị Thầy của tôi – hai cố Thiền sư Thích Tịch Chiếu và Thích Thường Chiếu; hai Thầy Thích Thiền Tâm và Thích Tài Quang; và tất cả quý Thầy có sách mà tôi đã đọc và học từ đó, trong đó có Đức Đạt Lai Lạt Ma đời 14, quý Thầy Thích Thanh Từ, Thích Nhất Hạnh, Thích Minh Châu, Thích Duy Lực, Lê Mạnh Thát, Tuệ Sỹ, vân vân. Sách này cũng xin dâng cúng tới ba mẹ tôi trong kiếp này và các kiếp khác, và tới tất cả các chúng sinh.

Đặc biệt, xin bày tỏ lòng biết ơn tới Thiền sư Thích Thanh Từ, Giáo sư Lê Mạnh Thát, nhà nghiên cứu Trần Đình Sơn, Thanissaro Bhikkhu, Bhikkhu Bodhi, Bhikkhu Sujato, Tỳ kheo Nguyễn Thế Đăng (vị này cũng là Pháp huynh cùng Thầy của tôi) và nhiều vị khác với các văn bản mà tác phẩm này tham khảo.

Thêm nữa, tác giả xin cảm ơn Cư sĩ Tâm Diệu, người đã đăng các bài tôi viết lên Thư Viện Hoa Sen (thuvienhoasen.org) trong nhiều thập niên và bây giờ giúp phát hành sách này qua Ananda Viet Foundation.

Cuối cùng, tác giả xin nói lời cảm ơn đặc biệt tới Dan Phan đã giúp dò lỗi chính tả và văn phạm cho sách này.

PREFACE

Everyone can see that Vietnamese Zen has played a significant role in the history of Vietnam in all aspects, especially in Vietnamese Buddhism. How exactly did this transpire? Some have said that after being transmitted from China to Vietnam, the Zen doctrine has blended into the Vietnamese culture, being constantly accompanied by the Vietnamese people, becoming a uniquely Vietnamese Zen.

According to Prof. Le Manh That in his studies of the book *Thiền Uyển Tập Anh* (A Collection of Outstanding Figures of the Zen Garden), before arriving in China, Buddhism had spread in the second or third century CE from India to Vietnam. During this time, the two best known Buddhist Masters were Mau Tu and Khuong Tang Hoi.

In the sixth century, Chinese Zen was introduced into Vietnam by the Zen Master Tỳ Ni Đa Lưu Chi (Vinītaruci), a native South Indian and a student of the Third Chinese Patriarch Tăng Xán (Sengcan). This Zen sect lasted nineteen generations. Their students studied and practiced mostly in accordance with the scriptures of Northern Buddhism, the Six Paramitas, the Prajna Wisdom, and the meditation of contemplating the Buddha's mind-seal.

In the eighth century, the Zen Master Vô Ngôn Thông (Wu

Yantong), a student of Bách Trượng Hoài Hải (Baizhang Huaihai), came to Vietnam and introduced the Zen tradition inherited from the sixth Chinese Zen Patriarch Huệ Năng (Hui Neng) that emphasized the ideas of sudden enlightenment and mind-to-mind transmission. This Zen sect lasted fifteen generations.

In the 11th century, the Vân Môn Zen sect (Unmon Zen) was brought into Vietnam by the Zen Master Thảo Đường, a student of Tuyết Đậu Trùng Hiển (Xuedou Chongxian). Thảo Đường, who had traveled from China to Chiêm Thành (Champa) to introduce Zen, was captured as a prisoner of war by Vietnamese soldiers in the war between Vietnam and Champa, only being released after the war. After establishing the Thảo Đường Zen school in Trấn Quốc Temple, Thảo Đường was consecrated by King Lý Thánh Tông as the Kingdom's Supreme Master. Arguing that Buddhism should cherish Confucianism, literature and academic achievement, the Thảo Đường Zen School became fondly acquainted with the era's scholars and nobility. Ultimately, the Thảo Đường Zen School greatly influenced the Buddhist landscape in the Trần Dynasty.

In the 13th century during Trần Dynasty, King Trần Nhân Tông studied Zen under the guidance of Tuệ Trung Thượng Sĩ, who was considered an enlightened person. Years later, King Trần Nhân Tông voluntarily relinquished the throne to his son, and went forth as a monk named Trúc Lâm Đầu Đà. He then established Trúc Lâm Zen, a meditation school that blended Vietnamese culture with socially engaged spirituality. Thus, Trúc Lâm Zen inherited and combined the ideas of the three previous Zen schools --- Tì Ni Đa Lưu Chi,

Vô Ngôn Thông, and Thảo Đường. The most important three patriarchs of Trúc Lâm Zen were Trần Nhân Tông, Pháp Loa, and Huyền Quang.

In the 17th century, the Tào Động Zen (Japanese: Soto School; Chinese: Caodong School) was brought to North Vietnam by the Zen Master Thông Giác Thủy Nguyệt. Prior to this, he had traveled from Vietnam to China to study with the Zen Master Nhất Cú Trí Giáo for six years, becoming a dharma heir of the Chinese Tào Động Zen in the process. The main practice of this Zen school was Thiền Mặc Chiếu (the Silent Illumination Meditation) through which the practitioners could attain enlightenment. Also in this century, the Chinese Zen Master Thạch Liêm, a 29th-generation Dharma successor of Caodong School, came to Central Vietnam, taught Zen meditation that mixed with the Huatou practice of the Lâm Tế School (Japanese: Rinzai School), and declared that "the three teachings (Confucianism, Buddhism, and Taoism) are harmonious as one."

Also in the 17th century, the Chinese Zen Master Chuyết Chuyết came to North Vietnam and introduced the Lâm Tế Zen School, which later had a dharma successor named Chân Nguyên, who revived the Trúc Lâm Zen School.

Due to frequent conflicts and wars, the Vietnamese people constantly wished for peace and stability. The two Zen schools above gradually intertwined with the Pure Land School, and their monastics later practiced both meditation and chanting the Buddha's name.

Nowadays, the Zen Master Thích Thanh Từ (b. 1924) has led the effort to revive the spirit of Trúc Lâm Zen, built dozens of Zen monasteries, and adapted the teaching methods of the Zen Master Khuê Phong Tông Mật (Guifeng Zongmi) for his followers who try to recognize the mind's empty and luminous nature, and practice in accord with that recognition. Thus, these practitioners study the scriptures and ancient Zen records, constantly keep their mind out of any false thought and meditate as instructed in Lục Diệu Pháp Môn (the Six Wonderful Ways).

Recently the Zen Master Thích Duy Lực (1923 - 2000) --- a dharma successor of Ven. Thích Hoằng Tu, who came from China to South Vietnam to introduce the Thiền Tào Động (Caodong Chan) as a branch founded by the Zen Master Vĩnh Giác Nguyên Hiền (1578-1657) --- taught his followers Thiền Khán Thoại Đầu (Huatow Meditation), a method of Lâm Tế School, now a popular method in South Vietnam.

The summary above shows that several branches of Zen Buddhism (i.e., Tì Ni Đa Lưu Chi, Vô Ngôn Thông, Thảo Đường, Tào Động, and Lâm Tế) spread to Vietnam from overseas, three of which blended into the Vietnamese culture to become Trúc Lâm Zen. A question should be raised: what is the Way of Zen in Vietnam? Should there be one or many answers? Should the answer be a wordless gesture? Who has the authority to answer those questions?

The author of this book tries to answer these questions via poems and verses of the Zen masters who laid the foundation for the Zen practices in Vietnam. He hopes to provide a generally correct view of the Way of Zen in Vietnam.

This bilingual book in English and Vietnamese is a collection of 95 poems and verses which were translated into modern

Vietnamese by the Zen Master Thích Thanh Từ, Prof. Lê Mạnh Thát, and the researcher Trần Đình Sơn. This collection was then translated into English by the author Nguyên Giác, whose commentaries are provided below the translations. The 95th piece, a long verse by King Trần Nhân Tông (who was the founder of the Trúc Lâm Zen School), shows the practice methods of this Zen school --- from which the last four lines is a famous poem that is learned by most Buddhists, scholars, and writers in Vietnam.

It is an honor to write the preface to this book, which would help those who want to understand the Way of Zen in Vietnam.

Ananda Viet Foundation Publisher | Tâm Diệu

GIỚI THIỆU

Thiền tông Việt Nam chiếm một vai trò trọng yếu trong lịch sử Phật giáo Việt Nam nói riêng và trong lịch sử nước nhà nói chung là một sự thật mà ai nấy đều công nhận. Nhưng hỏi vì sao nó được địa vị như thế thì có người nói tư tưởng Thiền tông Việt Nam thoát thai từ tư tưởng Thiền tông Trung Hoa nhưng khi qua Việt Nam, Thiền tông Việt Nam hoà đồng cùng với văn hoá Việt và đồng hành cùng với dân tộc Việt tạo nên một sắc thái riêng rất Việt Nam.

Theo lịch sử Phật Giáo qua qua cuốn *Nghiên Cứu về Thiền Uyển Tập Anh* của GS. Lê Mạnh Thát, Phật giáo được truyền vào Việt Nam từ Ấn Độ rất sớm, vào thế kỷ thứ 2 và thứ 3 trước cả Trung Hoa với các thiền sư như Mâu Tử và Khương Tăng Hội.

Mãi cho đến thế kỷ thứ 6 Thiền Tông Trung Hoa mới được truyền sang Việt Nam bởi Thiền sư Tì Ni Đa Lưu Chi, người nước Nam Thiên Trúc, đệ tử của Tam tổ Tăng Xán. Tư tưởng chính là tu tập theo các kinh Phật Giáo Bắc Truyền, Lục Độ Ba La Mật và Trí Tuệ Bát Nhã, cùng pháp Thiền quán về tâm ấn chư Phật. Thiền phái này được truyền qua 19 thế hệ.

Vào thế kỷ thứ 8 đệ tử của Thiền sư Bách Trượng Hoài Hải là Vô Ngôn Thông sang Việt Nam truyền pháp Thiền Nam Phương của Lục Tổ Huệ Năng, với chủ trương đốn ngộ và "dĩ tâm truyền tâm" (tâm truyền tâm). Thiền phái này được truyền qua 15 thế hệ.

Đến thế kỷ thứ 11 thiền phái Vân Môn được Thiền sư Thảo Đường, đệ tử của Thiền sư Tuyết Đậu Trùng Hiển nhân đi qua nước Chiêm Thành truyền giáo bị Việt Nam bắt làm tù binh trong cuộc chiến tranh Việt - Champa, sau đó sư được phóng thích. Sư tu tại chùa Trấn Quốc, thành lập phái Thiền Thảo Đường và được vua Lý Thánh Tông phong làm Quốc sư. Thiền phái Thảo Đường chủ trương Nho Giáo đồng hành và có khuynh hướng thiền học trí thức và văn chương nên rất gần gũi với các tầng lớp trí thức và quý tộc, điều này đã làm ảnh hưởng nhiều tới Phật giáo thời Trần.

Đến thế kỷ thứ 13 vào thời đại nhà Trần, vua Trần Nhân Tông thường tham học Thiền với Tuệ Trung Thượng Sĩ, người được xem là đã kiến tánh giác ngộ, sau đó vua nhường ngôi vua cho con và xuất gia tu hành theo đạo Phật, hoằng pháp với hiệu là Trúc Lâm Đầu Đà, sáng lập Thiền phái Trúc Lâm, một dòng thiền Phật giáo mang bản sắc văn hóa Việt Nam với tinh thần nhập thế. Là sự kết hợp và kế thừa Tư tưởng của ba thiền phái là Tì Ni Đa Lưu Chi, Vô Ngôn Thông, và Thảo Đường. Ba vị tổ quan trọng nhất của Thiền phái này là Trần Nhân Tông, Pháp Loa, và Huyền Quang.

Đến thế kỷ thứ 17, thiền phái Tào Động được truyền sang miền Bắc Việt Nam bởi Thiền sư Thông Giác Thủy Nguyệt, sau sáu năm tu học ở Trung Quốc với Thiền sư Nhất Cú Trí Giáo và nối pháp tông Tào Động. Pháp tu chính yếu của dòng Thiền này là Thiền Mặc chiếu với chủ trương tọa thiền để khai ngộ. Thiền Tào Động cũng được Thiền sư Thạch Liêm đời thứ 29 truyền qua miền Trung Việt Nam, tuy nhiên Thiền sư Thạch Liêm ảnh hưởng và mang đậm tư tưởng Thiền Khán Thoại Đầu của tông Lâm Tế và thuyết Tam giáo đồng nguyên.

Thiền phái Lâm Tế cũng được truyền vào miền Bắc Việt Nam vào thế kỷ thứ 17 bởi thiền sư Chuyết Chuyết người Trung Hoa và từ thiền phái này đã sản sinh ra Thiền sư Chân Nguyên là người có công khôi phục dòng Thiền Trúc Lâm.

Do chiến tranh loạn lạc liên tục, dân tộc Việt Nam thường trực ước mơ hòa bình và ổn định. Cả hai Thiền phái này có khuynh hướng hòa nhập với Tư Tưởng Tịnh Độ, vừa chuyên tâm tu thiền định vừa niệm Phật.

Trong thời hiện đại, Hòa thượng Thích Thanh Từ (sinh năm 1924) là người chủ trương khôi phục lại tinh thần của Thiền phái Trúc Lâm và xây dựng nhiều Thiền viện cùng là dạy tăng chúng tu tập theo đường lối của Thiền sư Khuê Phong Tông Mật, đó là kiến tánh khởi tu, thiền giáo song hành và thực hành phương pháp Thiền Tri Vọng (biết vọng không theo) và pháp Lục Diệu môn.

Và mới đây cũng có Thiền sư Thích Duy Lực (1923 - 2000), đệ tử Hòa thượng Thích Hoằng Tu, cao tăng người gốc Hoa sang Chợ lớn, Sài Gòn hoằng pháp, thuộc dòng Tào Động hệ phái Cổ Sơn do ngài Vĩnh Giác Nguyên Hiền (1578-1657) sáng lập, chủ trương đào tạo các đệ tử theo phương pháp Thiền Khán Thoại Đầu của tông Lâm Tế, khá thịnh hành tại miền Nam Việt Nam.

Đó là sơ lược sự truyền bá Phật giáo tại Việt Nam từ những ngày đầu lập quốc cho đến ngày nay với các dòng thiền du nhập từ nước ngoài --- Tì Ni Đa Lưu Chi, Vô Ngôn Thông, Thảo Đường, Tào Động, và Lâm Tế -- và ba dòng Thiền trong đó hòa nhập với văn hóa Việt để trở thành Thiền phái Trúc Lâm. Câu hỏi nên nêu ra: đường lối Thiền Tông tại Việt Nam là gì? Có một câu trả lời, hay nhiều hơn? Hay là, câu trả lời nên là một cử chỉ không lời? Ai có thẩm quyền trả lời những câu hỏi đó?

Tác giả sách này đã tìm cách trả lời các câu hỏi trên qua các thi kệ thiền của chư Thiền sư, những người đã đặt nền móng cho tu học Thiền tại Việt Nam, và hy vọng trình bày được một cái nhìn chính xác và xuyên suốt về đường lối Thiền Tông tại Việt Nam.

Sách thuộc loại song ngữ Việt Anh gồm 95 bài thi kệ thiền dịch Việt bởi Thiền sư Thích Thanh Từ, Giáo sư Lê Mạnh Thát và nhà nghiên cứu Trần Đình Sơn. Tác giả dịch sang Anh ngữ với lời ghi chú nơi mỗi bài. Đặc biệt bài 95 là bài phú khá dài của Vua Trần Nhân Tông, sáng tổ dòng Thiền Trúc Lâm, được trình bầy như là toát yếu đường lối tu hành của dòng thiền này, trong đó có bài thi kệ cuối nổi tiếng mà các nhà văn học, các văn nhân thi sĩ cũng như mọi người theo đạo Phật đều biết đến.

Trân trọng kính giới thiệu. Sách này sẽ giúp các độc giả muốn tìm hiểu về Thiền Tông Việt Nam.

Nhà xuất bản Ananda Viet Foundation | Tâm Diệu

ABBREVIATIONS
CHỮ VIẾT TẮT

Dhp Dhammapada, Kinh Pháp Cú

AN   Anguttara Nikaya, Kinh Tăng Chi Bộ

DN Digha Nikaya, Kinh Trường Bộ

MN Majjhima Nikaya, Kinh Trung Bộ

SN Samyutta Nikaya, Kinh Tương Ưng Bộ

Ud   Udana, Kinh Phật Tự Thuyết

Sn Suttanipata, Kinh Tập

Thag Theragatha, TRưởng Lão Tăng Kệ

Thig Therigatha, Trưởng Lão Ni Kệ

--- ---

DA Dirghagama, Kinh Trường A Hàm

EA Ekottarikagama, Kinh Tăng Nhất A Hàm

MA Madhyamagama, Kinh Trung A Hàm

SA Samyukatagama, Kinh Tạp A Hàm

MỤC LỤC

INTRODUCTION

What is the way of Zen in Vietnam? Is there only one answer, or many? Should the answer be a wordless gesture? Who has the authority to answer those questions?

This book is written to give a glimpse of the way of Zen in Vietnam. Personally, I am nobody. Though I have studied and practiced Zen for nearly half a century, I feel I will always remain a student of Zen. Readers can find many of the sentences here in some books of Buddhism in Vietnam; some are my memories of the things I've read or heard. The comments and the English translation in this book are mine; otherwise will be indicated.

Three of those I am indebted to are Zen Master Thích Thanh Từ, Prof. Lê Mạnh Thát, and researcher Trần Đình Sơn. In this book, I use many poems that were translated into modern Vietnamese language by the three scholars above. The ancient Zen masters in Vietnam wrote poems in the Chinese and Nôm languages. At times, I paraphrase poems into simple prose to make them easier to understand.

This book is not for profit. You are free to copy or reproduce noncommercially. May all beings be healthy and happy; may all beings be free.

Đường lối Thiền Tông tại Việt Nam là gì? Có một câu trả lời, hay nhiều hơn? Hay là, câu trả lời nên là một cử chỉ không lời? Ai có thẩm quyền trả lời những câu hỏi đó?

Sách này được viết để cho một cái nhìn về Thiền Tông tại Việt Nam. Bản thân tôi không là gì cả. Dù tôi học và thực tập Thiền trong gần nửa thế kỷ, tôi cảm thấy mình vẫn là một Thiền sinh vĩnh viễn. Độc giả có thể thấy nhiều câu nơi đây trong các sách về Phật Giáo Việt Nam; một số là ký ức tôi nhớ về những gì tôi đã đọc hay nghe. Các ghi nhận và phần Anh dịch trong sách là của tác giả, trường hợp khác sẽ kể rõ tên người ghi nhận.

Ba tác giả tôi mang ơn là Thiền sư Thích Thanh Từ, Giáo sư Lê Mạnh Thát và nhà nghiên cứu Trần Đình Sơn; trong sách này, tôi sử dụng nhiều bài thơ được ba học giả này dịch sang tiếng Việt hiện nay. Các Thiền sư tại Việt Nam nhiều thế kỷ trước đã làm thơ bằng tiếng Hán và tiếng Nôm. Có những lúc, tôi chuyển các bài thơ sang văn xuôi đơn giản để dễ hiểu hơn.

Sách này viết không vì lợi nhuận. Ai cũng có quyền tự do sao chép hay phổ biến lại, một cách phi thương mại. Xin nguyện cho tất cả chúng sinh được sức khỏe và hạnh phúc; xin nguyện cho tất cả chúng sinh được giải thoát.

PHẦN I

1

ADVISING PEOPLE TO ENTER THE WAY

Then spring now autumn, the four seasons revolve.
Then young now old, you see the hair turn white.
Then wealth and nobility, now a long dream.
Years and months go by, carrying ten thousand pecks of
sorrow.
In the path of suffering, the wheel of rebirth rolls endlessly.
In the river of passion, we swim like bubbles forming and
popping.
Now coming to the right place to learn the Way,
why don't you touch your nose?
See that this is your very good chance of a million lifetimes.

TUỆ TRUNG THƯỢNG SĨ (1230-1291)`

NOTE: Tuệ Trung Thượng Sĩ said that all things change all
the time. The Buddha said that the fire of impermanence is
constantly burning everybody and everything. You should
observe impermanence in all conditions, see that nothing has
an abiding self, and notice that the feeling of suffering arises
when the river of passion sweeps through your body and
mind constantly. How does one learn the Way to escape
suffering? You cannot see the Way, because it is invisible;
however, the Way is right in front of you. Similarly, your

nose is right in front of you, but it's hard for you to see it. Only when you wash your face, you touch your nose and know that it is always there, in front of you. Washing your face here means you have to step on the right path: listen to the dharma, contemplate the dharma, and practice the dharma with virtue, concentration, and insight. Touching your nose also means that you experience in the moment of here and now the mind of emptiness in which there is not any trace of desire, hatred, and delusion. In this moment, you will glimpse Nirvana.

--- ---

KHUYÊN ĐỜI VÀO ĐẠO

Thời tiết xoay vần xuân lại thu
Xăm xăm tuổi trẻ đã bạc đầu.
Giàu sang nhìn lại một trường mộng
Năm tháng ôm suông muôn hộc sầu.
Nẻo khổ luân hồi xe chuyển bánh
Sông yêu chìm nổi tợ bọt chùm.
Gặp trường chẳng chịu sờ lên mũi
Muôn kiếp duyên lành chỉ thế thôi.

TUỆ TRUNG THƯỢNG SĨ (1230-1291) - Bản dịch Thầy Thanh Từ

GHI NHẬN: Tuệ Trung Thượng Sĩ nói rằng tất cả đều biến đổi không ngừng. Đức Phật nói rằng ngọn lửa vô thường đang liên tục đốt cháy mọi người và mọi thứ. Bạn nên quan sát vô thường trong mọi trường hợp, sẽ thấy rằng không có gì thực sự có tự ngã, và ghi nhận rằng thọ khổ khởi dậy khi dòng sông tham ái cuốn thân và tâm bạn liên tục. Làm cách nào học được Chánh Đạo thoát khổ? Bạn không có thể thấy được Đạo, vì nó vô hình; tuy nhiên, Đạo nằm ngay phía trước bạn. Tương tự, mũi bạn nằm ngay trước bạn, nhưng bạn khó thấy nó. Chỉ khi rửa mặt, bạn mới sờ mũi và biết là nó vẫn mãi ở đó, trước mặt bạn. Rửa mặt nơi đây còn có nghĩa là đi vào chánh đạo: văn (nghe và học chánh pháp), tư (suy nghĩ, biện biệt về chánh pháp), và tu -- thực tập chánh pháp với giới, định và tuệ. Sờ vào mũi cũng có nghĩa bạn trải qua kinh nghiệm cái khoảnh khắc hiện tiền (bây giờ và ở đây) của tâm rỗng rang, nơi đó không có chút gì tham, sân, si; nơi khoảnh khắc đó, bạn nhìn thấy một thoáng Niết bàn.

--- ---

2

THE TREASURE

Living in the world, happy with the Way, you should let all things take their course.
When hungry, just eat; when tired, just sleep.
The treasure is in your house; don't search anymore.
Face the scenes, and have no thoughts; then you don't need to ask for Zen.

TRAN NHAN TONG (1258-1308)

NOTE: Live with the water, not with the waves rising and falling; live with the nature of mirror to reflect, not with the images appearing and disappearing. Live with the essence of the mind, not with the thoughts arising and vanishing. When you see the essence of the mind, then you catch a glimpse of Nirvana – the state of unborn, uncreated, unconditioned peace. After that moment, you know how to live with the mind unmoved while walking, standing, sitting and lying down. How can you see the essence of the mind? Please, remember: You are never away from it, just like the water holds all the waves and is never away from the waves, just like the emptiness of the mirror hold all the images and is never away from the images. The essence of the mind is non-self, so it manifest as a great magician: your mind has no form, so it takes all forms you see as its forms; your mind has no color, so it takes all colors you see as its colors… Now look out the window. When you see a bird, your mind now has the form of a bird; and when the bird flies, your mind flies too. Your mind is all things you see, all things you hear, all things you feel; the observer is all things observed. The Sixth Patriarch Hue Nang told two monks arguing over the banner flying that that was not the banner moving, and also not the wind moving, but just their minds moving.

This is one of the most famous poems from Truc Lam Zen School. The advice is so simple but extremely powerful. You live in this world and you notice that you are actually living in every moment of talking, smiling, eating, walking, standing, sitting, or lying down. When you are happy, hungry, or tired, you notice that you are happy, hungry, or tired; you notice all the feelings arise and vanish in yourself as a group of flesh, bone, skin, blood, legs, arms, hands, head and hair. While you notice the wind of impermanence is flowing endlessly through your whole body and mind, you don't need to do anything. When you actually live the here and now, and feel the wind of impermanence flowing through your whole body and mind, you mindfully experience the thoughtless and wordless state of mind. Your mind is clear and bright, arising not a thought of desire, hatred, and delusion. In case any thought arises, you know it must be the products of the past, not of the here and now. Live mindfully the here and now, and see a glimpse of Nirvana.

--- ---

KHO BÁU

Ở trần vui đạo hãy tùy duyên
Đói đến thì ăn, mệt ngủ liền
Trong nhà có báu thôi tìm kiếm
Đối cảnh không tâm chớ hỏi thiền.

TRẦN NHÂN TÔNG (1258-1308) –Bản dịch HT Thanh Từ.

GHI NHẬN: Hãy sống với nước, chứ đừng sống với các đợt sóng sinh rồi diệt; hãy sống với tánh sáng của gương, chứ đừng sống với các ảnh đến rồi đi; và hãy sống với tự tánh của tâm, chứ đừng sống với các niệm sinh diệt. Khi bạn thấy tánh của tâm, lúc đó bạn thấy lóe một tia của Niết Bàn – trạng thái của an tỉnh bất sinh, vô tác, vô vi. Làm sao bạn có thể thấy tánh của tâm? Xin hãy nhớ: Bạn chưa từng bao giờ rời xa nó, y hệt như nước là tòan bộ các sóng và chưa hề xa lìa đợt sóng nào, y hệt như tánh không của gương bao trùm tòan bộ các ảnh và chưa hề xa lìa ảnh nào. Tánh của tâm là vô ngã, nên nó hiển lộ như một nhà đại ảo thuật: tâm của bạn không có hình tướng, nên nó lấy mọi hình tướng mà bạn thấy làm như hình tương của nó; tâm bạn không màu sắc, nên nó lấy mọi màu sắc bạn thấy làm màu sắc của nó… Bây giờ, hãy nhìn ra cửa sổ. Khi bạn thấy một con chim, tâm của bạn bấy giờ có hình tướng một con chim; và khi con chim bay lên, tâm của bạn cũng bay lên. Tâm của bạn là tòan bộ những gì bạn thấy, tòan bộ những gì bạn nghe, tòan bộ những gì bạn cảm thọ; người quan sát là toàn bộ những gì được quan sát. Lục Tổ Huệ Năng đã nói với hai vị sư đang tranh cãi về chuyện lá cờ bay, rằng không phải lá cờ động, và cũng không phải gió động, nhưng thực sự là tâm của họ động.

Đây là một trong những bài thơ nổi tiếng từ Thiền phái Trúc Lâm. Lời dạy rất đơn giản nhưng cũng rất mãnh liệt. Bạn sống trong thế giới này, bạn ghi nhận bạn thực sự đang sống trong từng khoảnh khắc nói, cười, ăn, đi, đứng, ngồi hay nằm. Khi bạn vui, đói hay mệt, bạn ghi nhận rằng bạn đang vui, đói hay mệt; bạn ghi nhận tất cả cảm thọ hiển lộ và biến mất trong bạn như một khối thịt, xương, da, máu, chân, cánh tay, bàn tay, đầu và tóc. Trong khi bạn ghi nhận làn gió vô thường chảy không ngừng xuyên qua thân tâm bạn, bạn không cần làm gì hết. Khi bạn thực sự sống cái ở đây và bây giờ, và cảm nhận cơn gió vô thường chảy xuyên thân tâm, bạn kinh nghiệm một cách tỉnh thức trạng thái tâm vô niệm và vô ngôn. Tâm bạn trong trẻo và sáng rõ, không khởi một niệm nào của tham, sân si. Trường hợp có niệm nào khởi lên, ban biết nó hẳn là sản phẩm của quá khứ, không phải của cái bây giờ và ở đây. Hãy sống tỉnh thức cái bây giờ và ở đây, và thấy một thoáng Niết Bàn.

--- ---

3

SITTING

There are three ways of sitting in meditation.
First, sit and keep your mind on breathing;

Second, sit and chant the sutras;
And third, sit and happily listen to the chanting of sutras.

Sitting has three levels.
First, sit with the union of mind and body.
Second, sit in peacefulness;
And third, sit without fetters.

What does it mean to sit with the union of mind and body?
That means your mind becomes one with your body.

What does it mean to sit in peacefulness?
That means your mind has no thought.

What does it mean to sit without fetters?
When all fetters are destroyed – That is what it means to sit without fetters.

KHUONG TANG HOI (? – 280)

NOTE: When mindful of your breathing, you are also mindful of your mind. Later, you will see your mind becoming one with your breath. When mindful of your bodily movement, you are also mindful of your mind. Later, you will see your mind becoming one with your body. Looking at your mind, you see thoughts coming and going, just like waves rising and falling. Your breaths will become very subtle and almost disappear; then you will see that body and mind become oneness and peacefulness. Thus, practicing mindfulness of breathing leads to practicing the four foundations of mindfulness. The suttas said that when your body is immersed in happiness, you are entering the first jhana; also, in SN 36.11 Sutta, Buddha said that speech ceased and stilled for someone who attained the first jhana. When your mind has not any thought and when your whole body and mind immerse in the blissful silence, you are entering the second jhana; also, in SN 36.11 Sutta, Buddha said that the placing of the mind and keeping it connected ceased and stilled for someone who attained the second jhana. How can all thoughts vanish? Don't try to stop any thought; it will disappear when you observe and see its nature of emptiness. The suttas (e.g., MN 52, MN 64) said that from the first or second jhana, you can observe and feel the wind of impermanence flow constantly through your whole body and mind. In that state of mind, you are letting go of all things. All fetters will gradually fade and vanish.

--- ---

NGỒI

Có ba lối ngồi theo đạo.
Một là ngồi sổ tức.
Hai là ngồi tụng kinh.
Ba là ngồi vui nghe kinh. Đó là ba.

Ngồi có ba cấp.
Một là ngồi hiệp vị.
Hai là ngồi tịnh.
Ba là ngồi không có kết.

Ngồi hiệp vị là gì?
Là ý bám lấy hạnh không rời, đó là ngồi hiệp vị.

Ngồi tịnh là gì?
Là không niệm nghĩ, đó là ngồi tịnh.

Ngồi không có kết là gì?
Là kết đã hết, đó là ngồi không có kết.

KHƯƠNG TĂNG HỘI (? – 280) --- Bản Việt dịch GS Lê Mạnh Thát.

GHI NHẬN: Khi tỉnh thức niệm hơi thở, bạn cũng đang niệm tâm của bạn. Sau đó, bạn sẽ thấy tâm bạn trở thành một với hơi thở. Khi tỉnh thức niệm thân, bạn cũng đang niệm tâm bạn. Rồi bạn sẽ thấy thân và tâm là một. Nhìn vào tâm bạn, bạn thấy các niệm đến rồi đi, hệt như sóng lên rồi xuống. Hơi thở bạn sẽ dịu dàng, vi tế hơn, và gần như biến mất; rồi bạn sẽ thấy thân và tâm hợp nhất và bình lặng. Như thế, chánh niệm hơi thở dẫn tới chánh niệm tứ niệm xứ. Kinh nói rằng khi bạn thấy toàn thân ngập tràn an định trong hạnh phúc, lúc đó bạn đang vào sơ thiền; thêm nữa, trong kinh SN 36.11, Đức Phật nói rằng khi chứng được Thiền thứ nhứt, lời nói được đoạn diệt, tịnh chỉ. Khi bạn thấy tâm không còn niệm nào, và toàn thân tâm an định ngập tràn trong tịch lặng hạnh phúc, là bạn đang vào nhị thiền; cũng trong kinh SN 36.11, Đức Phật nói rằng khi chứng được Thiền thứ nhì, tầm (đặt tâm vào) và tứ (dán tâm vào) được đoạn diệt, tịnh chỉ. Làm cách nào các niệm biến mất? Đừng ngăn chận niệm; niệm sẽ tự biến mất khi bạn quan sát và thấy bản tánh rỗng không của nó. Nhiều kinh (như, Trung Bộ Kinh MN 52, MN 64) nói rằng từ sơ thiền hay từ nhị thiền, bạn có thể quan sát và cảm nhận ngọn gió vô thường đang trôi chảy xuyên khắp thân tâm bạn liên tục. Trong trạng thái này, bạn sẽ buông bỏ mọi thứ; tất cả lậu hoặc phiền não sẽ từ từ nhạt đi và biến mất.

4

THE MIND SEAL

The mind seal of Buddhas is unfeigned, encompassing the universe, neither deficient nor excessive, neither going nor coming, neither gaining nor losing, neither one nor difference, neither infinite nor finite, having nowhere to arise or vanish, and neither far apart nor close by. It is grudgingly named like that, just only for comparison with unreal circumstances.

VINITARUCI (? - 594)

NOTE: The Buddha said that we have to realize that form is like a lump of foam; feeling, a bubble; perception, a mirage; volition, a banana tree; consciousness, a magic trick. That means all things are empty. Zen masters said that all things are revealed via your mind, and when you see the emptiness in all things, you see the mind seal. Your mind is a mirror that reflects all things; the images come and go, but the ability to reflect is motionless. Suppose that you love the sound of a lute. Suttas (e.g. SN 35.246) said that if you try to catch the sound by splitting the lute into a hundred pieces, you will fail. Similarly (e.g. Nagasena Sutra) you can see the emptiness of self in body and mind, and the emptiness of a carriage in a carriage.

We came to this world, and will be gone someday. Millions of children around the world are suffering from hunger and abuse, while other millions enjoy luxury and comfort. The suffering is real. Then, what is companionless among all those phenomena? What is unmoving while we come and go, while we grow up and become old, while we go through millions of different bodies?

--- ---

TÂM ẤN

Tâm ấn của chư Phật, không có lừa dối, tròn đồng thái hư, không thiếu không dư, không đi không lại, không được không mất, chẳng một chẳng khác, chẳng thường chẳng đoạn; vốn không có chỗ sanh, cũng không có chỗ diệt, cũng chẳng xa lìa, mà chẳng phải chẳng xa lìa. Vì đối với vọng duyên mà giả lập tên ấy thôi.

TỲ-NI-ĐA-LƯU-CHI (? - 594) - Bản Việt dịch của HT Thanh Từ

GHI NHẬN: Đức Phật nói rằng cho ta phải nhận ra rằng sắc (thân) y hệt một chùm bọt nước, cảm thọ y hệt bong bóng nước, tưởng chỉ như ráng nắng, hành như cây chuối, thức như trò ảo thuật. Nghĩa là, tất cả đều rỗng không. Các Thiền sư nói rằng tất cả các pháp hiển lộ qua tâm mình, và khi bạn thấy bản chất rỗng không trong mọi thứ, lúc đó bạn thấy được tâm ấn. Tâm bạn là tấm gương phản chiếu mọi thứ; ảnh tới và đi, nhưng tánh phản chiếu vẫn bất động. Hãy giả sử rằng bạn yêu thích âm thanh từ một cây đàn. Các kinh (như, Tương Ưng Kinh SN 35.246) nói rằng nếu bạn tìm cách chụp bắt tiếng đàn bằng cách chẻ đàn ra trăm mảnh, bạn sẽ không tìm ra. Tương tự (như, Kinh Na Tiên Tỳ Kheo) bạn có thể thấy không có tự ngã nào trong thân và tâm, và thấy không hề có cái gì gọi là xe trong một cỗ xe.

Chúng ta tới thế giới này, và sẽ có ngày ra đi. Hàng triệu trẻ em khắp thế giới đang thọ khổ vì đói và lạm dụng, trong khi nhiều triệu người khác hưởng dụng xa hoa và tiện nghi. Đau khổ có thực. Vậy, pháp gì không cùng muôn pháp làm bạn? Pháp gì bất động trong khi chúng ta tới và đi, trong khi chúng ta trưởng thành và già lão, trong khi chúng ta trải qua hàng triệu thân khác nhau?

--- ---

5

THIS LAND, THIS MIND

People elsewhere rumor, and falsely say our Patriarch came from the West. It is true that the Patriarch transmitted the Eye Treasure of Dharma, named it Zen, and foresaw it as a flower with five petals and countless seeds. It is true that tens of thousands of auspicious people have fathomed the secret words, practiced the teachings of mind, and realized the originally spontaneous purity. The West is this land; this land is the West. Oh -- anciently and now, the sun and the moon; anciently and now, the mountain and the river.

It's wrong to touch it [this land or this mind]; thus, Buddha will be misunderstood. Such a tiny mistake leads to hundreds, thousands of losses. You should observe your mind skillfully; don't deceive future generations. Otherwise, if you ask me, the answer is that I originally have no words.

VÔ NGÔN THÔNG (? - 826)

NOTE: Did Zen Master Vo Ngon Thong say a lot of words, or without any word? Did Buddha say a lot of words, or without any word? The name Vo Ngon Thong means "Understanding without a word." You should try that way.

Listen to your mind. Listen gently to your mind right now. You would hear some voices, some sounds, some noises. When you hear something, you know you are hearing the manifestation of the mind. All the sounds from the birds, the cars, the winds, and so on are all your mind. Also, all the sounds from your memories, your imaginations, your dreams, and so on are all your mind. Listen. Breathe in and out gently, and listen to the mind.

You might remember the koan that asks about your face before you were born. You can try another version: listen to where before a sound arises; listen to your mind before it manifests. Try that. Don't say that it ever has a sound or a word.

--- ---

ĐẤT NÀY, TÂM NÀY

Các nơi đồn đại, Dối tự huyên truyền, Rằng Thủy Tổ ta, Gốc từ Tây Thiên. Truyền pháp Nhãn tạng, Gọi đó là Thiền. Một hoa năm cánh, Hạt giống liên miên. Thầm hợp lời mật, Muôn ngàn có duyên. Đều gọi tâm tông, Thanh tịnh bản nhiên. Tây Thiên cõi này. Cõi này Tây Thiên. Xưa nay nhật nguyệt, Xưa nay sơn xuyên. Chạm đến thành trệ, Phật tổ thành oan, Sai đó hào ly, Mất đó trăm ngàn. Ngươi khéo quán sát, Chớ lừa cháu con, Ngay như hỏi ta, Ta vốn không lời.

VÔ NGÔN THÔNG (? - 826) - Bản dịch HT Thanh Từ

GHI NHẬN: Có phải Thiền Sư Vô Ngôn Thông đã nói nhiều lời, hay không một lời? Đức Phật đã nói nhiều lời, hay không một lời? Tên ngài Vô Ngôn Thông mang ý nghĩa "Hiểu biết không qua lời nói." Bạn nên thử cách này. Hãy lắng nghe tâm bạn. Hãy dịu dàng lắng nghe tâm bạn ngay lúc này. Bạn có thể nghe ra vài giọng nói, vài âm thanh, vài tiếng ồn. Khi bạn nghe ra một tiếng nào, bạn biết bạn đang nghe tâm hiển lộng. Tất cả âm thanh từ những con chim, những chiếc xe, gió thổi, và vân vân đều là tâm bạn. Thêm nữa, tất cả những âm thanh từ trí nhớ của bạn, từ tưởng tượng của bạn, từ giấc mơ của bạn, và vân vân đều là tâm bạn. Hãy lắng nghe. Hãy thở vào và ra dịu dàng, và lắng nghe tâm.

Bạn có thể nhớ tới công án hỏi về khuôn mặt của bạn trước khi bạn sinh ra đời. Bạn có thể thử một phiên bản khác: hãy lắng nghe nơi trước khi một âm thanh khởi lên; hãy lắng nghe tâm bạn trước khi nó hiển lộng. Hãy thử như thế. Đừng nói rằng nó có một âm thanh hay một chữ nào.

--- ---

6

WORDLESS

Birth, aging, illness, and death are normal things --- since infinite time.
While you want liberation, trying to untie only makes things tie tighter.
The more you search for Buddha, the more you deceive yourself.
The more you attach to meditation or Zen, the more you mislead yourself.
Don't pursue Buddha and Zen.
Tighten your lips – be wordless.

DIEU NHAN (1041 – 1113)

NOTE: Dieu Nhan was a Zen nun. She had another way to

express the truth. She made this poem before her death, saying that the truth should be said with no words. Don't cling to whatsoever, even to the meditation or Zen.

The SN 21.1 Sutta (Kolita Sutta) said that as the placing of the mind and keeping it connected were stilled, Venerable Mahamoggallana entered and remained in the second jhana, which has the rapture and happiness born of concentration. This is called noble silence.

In Verse 134 of the Dhammapada, the Buddha says that if you can stay silent like a broken gong, you will realize Nirvana. Verse 268 of the Dhammapada says that staying silent alone cannot make one become a sage if this person lives an ignorant and unmindful life.

In a koan, a Zen Master pointed at a vase and asked his students to speak wordlessly about that vase. In another koan, another Zen Master pointed at a vase and said to his students, "Don't say this is a vase, don't say this is not a vase. What is this?"

Both koans above want you to show that you are living the reality of "the here and now" --- asking you to destroy any screen between you and the reality. All the words, all the thoughts, or all the concepts that arise in your mind when you see and hear the reality actually are separating you and the reality. When you, mindfully and wordlessly, observe the world around you, you will see that you are what you see, and you are what you hear. Huyền Quang (1254-1334) said in a poem that when he had no worries, he saw that he totally became one with the flowers outside his cottage.

--- ---

KHÔNG LỜI

Sanh già bệnh chết
Xưa nay lẽ thường.
Muốn cầu thoát ra
Mở trói thêm ràng.
Mê đó tìm Phật,
Lầm đó cầu thiền.
Phật, thiền chẳng cầu,
Uổng miệng không lời.

Ni Sư DIỆU NHÂN (1041 – 1113) – Bản dịch HT Thanh Từ

GHI NHẬN: Ngài Diệu Nhân là một Thiền Ni. Ngài có một cách khác để diễn tả thật tướng. Ngài đã làm bài thơ này trước khi viên tịch, nói rằng thật tướng nên chỉ ra bằng vô ngôn. Đừng trụ vào bất kỳ pháp nào, ngay cả trụ vào thiền định.

Kinh SN 21.1 Sutta (Kolita Sutta) kể rằng khi diệt xong tầm (hướng tâm vào) và tứ (dán tâm vào), Đại sư Đại Mục Kiền Liên chứng và trú vào nhị thiền, trạng thái hỷ lạc do định sanh. Đó gọi là sự im lặng linh thánh.

Trong bài Kệ 134 của Kinh Pháp Cú, Đức Phật nói rằng nếu bạn giữ tịch lặng như một cái chiêng (cồng) bể, bạn sẽ chứng Niết Bàn. Kệ 268 trong Kinh Pháp Cú viết rằng chỉ giữ im lặng không thể làm ai trở nên bậc thánh nếu người này sống đời sống ngu si và thiếu chánh niệm.

Trong một công án, một Thiền sư chỉ vào một cái bình, bảo học trò nói không bằng ngôn ngữ về cái bình. Trong công án khác, một Thiền sư khác chỉ vào một cái bình và nói với học trò, "Đừng nói đây là cái bình, đừng nói đây không phải bình. Nó là cái gì?"

Cả hai công án trên muốn bạn cho thấy bạn đang sống trong thực tại ở "nơi đây và bây giờ" --- yêu cầu bạn phá hủy bức màn giữa bạn và thực tại. Tất cả lời nói, tư tưởng hay khái niệm khởi trong tâm bạn khi bạn thấy và nghe thực sự cách ngăn bạn và thực tại. Khi bạn, trong chánh niệm và xa lìa ngôn ngữ, quan sát thế giới chung quanh, bạn sẽ thấy bạn là cái bạn thấy, và bạn là cái bạn nghe. Ngài Huyền Quang (1254-1334) nói trong một bài thơ rằng khi ngài xa lìa âu lo, ngài thấy rằng ngài hoàn toàn là một với các bông hoa bên ngoài căn lầu của ngài.

--- ---

7

RISE AND DECLINE

The human body is like a lightning flash, appearing then disappearing.
All trees bloom in the spring, then decay in the autumn.
Live accordingly with this rise and decline, and have no fear.
The rise and decline – just like a drop of dew on a blade of grass.

VẠN HẠNH (938 - 1018)

NOTE: See your body as a vehicle, and know that it will wear out over time. Buddha says in The Dhammapada that the body grows old and decays, but the Dhamma does not. You should believe in Buddha, and live the undying Dhamma with your whole body and mind. Keep trying this constantly: feel the Dhamma with your whole body, breathe in and out with the Dhamma, shower your whole body and mind with the Dhamma. Then you will have no fear. How can we feel the Dhamma? Watch your mind constantly, and feel the whole life around. See your mind just like an ox. Meditation is like taming an ox, but you don't need to tame anything; just watch the ox constantly. You know you see the mind when a thought arises. When you see that ox actually has no head, no body, and no tail, then you know how to feel the Dhamma. Try that.

--- ---

THẠNH SUY

Thân như bóng chớp có rồi không,
Cây cỏ xuân tươi, thu đượm hồng,
Mặc cuộc thạnh suy không sợ hãi,
Thạnh suy như cỏ hạt sương đông.

Vạn Hạnh (938 - 1018) - Bản dịch HT Thanh Từ

GHI NHẬN: Hãy nhìn thân bạn như một cỗ xe, và biết rằng nó sẽ hư mòn với thời gian. Đức Phật nói trong Kinh Pháp Cú rằng thân già đi và hư hoại, nhưng Chánh Pháp không như thế. Bạn hãy tin vào Đức Phật, và hãy sống Chánh Pháp bất diệt với trọn thân tâm của bạn. Hãy thử cách này liên tục: hãy cảm nhận Chánh Pháp với toàn thân, hãy thở vào và ra với Chánh Pháp, hãy tắm gội trọn thân tâm bạn với Chánh Pháp. Rồi bạn sẽ không sợ hãi gì. Làm sao chúng ta có thể cảm nhận Chánh Pháp? Hãy nhìn vào tâm liên tục, và hãy cảm nhận toàn bộ đời sống quanh bạn. Hãy thấy tâm như một con trâu. Thiền định thì hệt như thuần hóa trâu, nhưng bạn không cần phải thuần hóa gì cả; hãy quan sát con trâu này liên tục. Bạn biết là bạn thấy tâm khi một niệm khởi lên. Cho tới khi nào bạn thấy con trâu không đầu, không mình, và không đuôi, thì bạn biết cách cảm nhận Chánh Pháp. Hãy thử như thế.

--- ---

8

ILLUSORY

Originally there is no place [for the six senses dwelling].
Any place is true dharma.
True dharma is thus illusory.
Illusory existence is not nothing.

ĐỊNH HƯƠNG (? - 1051)

NOTE: If you say that you are living in a dream, then what is outside this dream? Is this world illusory? Don't try to answer that question. Just practice hard, and don't mind anything else. Buddha said, "I am awake." We are not awake yet, so we should leave that question for Buddha. Actually, suttas (e.g. Uraga Sutta) said that when you have no desire for anything, when you don't cherish anything in the past, when you don't dream for anything in the future, and when you neither entertain nor hate anything in the present, you will see this world is all unreal. Thus, Zen masters say that all things are illusory. Thus, all things and places are empty in nature.

HUYỄN

Xưa nay không xứ sở

Xứ sở là chân tông,
Chân tông như thế huyễn
Huyễn có là không không.

ĐỊNH HƯƠNG (? - 1051) - Bản dịch HT Thanh Từ

GHI NHẬN: Nếu bạn nói bạn đang sống trong một giấc mơ, thì cái gì ở ngoài giấc mơ này? Có phải thế giới này là huyễn? Đừng cố gắng trả lời câu hỏi đó. Hãy tinh tấn tu tập, và đừng bận tâm gì khác. Đức Phật nói, "Ta đã tỉnh thức." Chúng ta chưa tỉnh thức, do vậy nên để câu hỏi này lại cho Đức Phật. Thực sự, các kinh (như Kinh Uraga Sutta) nói rằng khi bạn không còn tham gì, khi bạn không ấp ủ nuối tiếc gì trong quá khứ, không mơ gì trong tương lai, không yêu thích hay ghét bỏ gì trong hiện tại, bạn sẽ thấy thế giới này là huyễn ảo. Do vậy, các Thiền sư nói rằng mọi thứ hiện hữu như huyễn. Do vậy, tất cả mọi thứ và mọi nơi đều rỗng không trong tự tánh.

--- ---

9

THE MIND OF EMPTINESS

Like a wall shaking, the body is frail.
Unfortunately for mankind, life is too short.
If you attain the mind of emptiness and formlessness,
you will be free from the world of coming and going.

VIEN CHIEU (999-1090)

NOTE: You can feel the frailness of your body now, even when you are healthy and strong. Try this: breathe in and out, gently and naturally; feel the breathing in and out, feel your whole body breathing; feel your whole body becoming one with the breath. Then you will see how fragile is your breath, and how vulnerable is your body. The more you experience the bliss from meditation, the more you feel sorrowful for the plight of humankind.

Recalling the Buddha's words saying that we have born and died countless times, you will feel grateful to countless parents, and will see all people around as your dear parents in past lives. Then you will feel your whole body deeply resonate with the Zen vow to save all sentient beings. How can we save others if we are not free yet? Zen master Vien Chieu said that learners must attain the mind of emptiness and formlessness. Indeed, you will see that the mind essence is empty and formless. So all things in the world appear and disappear in the mind just like the clouds formed and dissolved in the sky, just like the images emerged and vanished in a mirror.

So all the forms you see, all the sounds you hear, all the odors you smell, all the flavors you taste, all the senses you feel, all the thoughts you have are changing swiftly. So nothing has a self. So all things come and go, governed by the principle of dependent arising. Realizing the mind's essence will free you from the world of coming and going.

--- ---

TÂM KHÔNG

Thân như tường vách đã lung lay,
Đau đáu người đời luống xót thay.
Nếu đạt tâm không, không tướng sắc,

Sắc không ẩn hiện, mặc vần xoay.

VIÊN CHIẾU (999 - 1090)– Bản dịch HT Thanh Từ

GHI NHẬN: Bạn có thể cảm nhận cái mong manh của thân bạn bây giờ, ngay cả khi bạn đang khỏe mạnh. Hãy thử thế này: thở vào và thở ra, dịu dàng một cách tự nhiên; hãy cảm nhận hơi thở vào và ra, hãy cảm nhận toàn thân bạn đang thở, hãy cảm nhận toàn thân bạn làm một với hơi thở. Rồi bạn sẽ thấy rằng hơi thở của bạn rất mong manh, và thân của bạn cũng dễ hư vỡ. Bạn càng kinh nghiệm niềm an lạc trong thiền định, bạn sẽ càng cảm thấy buồn cho thân phận kiếp người.

Nhớ lại lời Phật nói rằng chúng ta đã sinh và chết vô số kiếp, bạn sẽ cảm thấy mang ơn vô lượng ba mẹ, và sẽ thấy mọi người quanh bạn như là các ba mẹ của bạn trong các kiếp trước. Rồi bạn sẽ cảm thấy toàn thân bạn thâm sâu rung chuyển với lời thệ nguyện Thiền Tông để sẽ cứu độ hết chúng sinh. Làm sao bạn có thể cứu người khác được nếu bạn chưa giải thoát? Thiền Sư Viên Chiếu nói rằng các học nhân phải đạt được tâm không sắc tướng. Thực sự, bạn sẽ thấy rằng tánh của tâm là tánh không và vô tướng. Thế nên mọi thứ trên thế giới xuất hiện và biến mất trong tâm hệt như mây hợp rồi tan trên bầu trờI, hệt như ảnh hiện rồi biến trong gương.

Thế nên mọi sắc tướng bạn thấy, mọi âm thanh bạn nghe, mọi hương vị bạn nếm, mọi cảm thọ bạn cảm nhận, mọi niệm khởi bạn có đều đang biến đổi mau chóng. Thế nên, không pháp nào thực có tự ngã cả. Thế nên, mọi thứ tới rồi đi, theo đúng luật duyên khởi. Chứng ngộ được tánh của tâm sẽ giải thoát bạn ra khỏi thế giới của đến và đi.

--- ---

10

SERENITY

After realizing that your body and mind are originally serene,
you will see the supernatural powers manifest in front of you.
From there emerge all the conditioned and the unconditioned;
countless worlds appear -- immeasurably.
Though revealed fully in space, all phenomena are really
formless.
All your old days, however ancient, can not compare with
today.
Being luminous, always – at any place, anywhere.

CỨU CHỈ (circa 11th century)

NOTE: Your body is changing, and your mind is jumping all
the time. As you meditae more and more, you will someday
realize that the mind is originally serene. See that the water is
serene, unchanging, unmoving, despite the rising and falling
waves, despite the forming and popping bubbles.

Now a question: Is your body originally serene while you
grow up and get old? Can you feel that your body is truly
quiet and unmoving while you are walking, standing, sitting
and lying down? Can you feel that your body is truly quiet
and unmoving all day and night as if you are sitting in
meditation? When you see the self-nature, then you realize
that you are emptiness, that there is no 'you' or the 'I.' And
then you will see you are truly quiet and unmoving.

Now look out the window. The snow is falling, and a bird is
flying. Despite that, can you see that everything is truly quiet

and unmoving? Everything is luminous in your mind, truly quiet and unmoving.

How can you see that your body and mind are originally serene? You will see that your body and mind are originally serene when you see nothing as "I" or "mine." You will then know how to see and bathe yourself in serenity all day and night.

--- ---

TỊCH LẶNG

Giác ngộ thân tâm vốn lặng yên,
Thần thông các tướng biến hiện tiền.
Hữu vi vô vi từ đây có,
Thế giới hà sa không thể lường.
Tuy nhiên đầy khắp cõi hư không,
Mỗi mỗi xem ra chẳng tướng hình.
Muôn đời ngàn đời nào sánh được,
Chốn chốn nơi nơi thường rạng ngời.

CỨU CHỈ (circa 11th century) - Bản dịch HT Thanh Từ

GHI CHÚ: Thân bạn đang biến đổi, và tâm bạn đang nhảy lung tung hoài. Thiền định một thời gian, bạn có thể một hôm chứng ngộ rằng tâm vốn tịch lặng. Hãy thấy rằng nước vốn tịch lặng, bất biến, bất động, cho dù sóng cứ trào lên và lặn xuống, và cho dù các bọt sóng hình thành và vỡ tan. Bây giờ tới câu hỏi: Thân của bạn vốn tịch lặng trong khi bạn trưởng thành và già đi? Bạn có thể cảm nhận rằng thân bạn thực sự tĩnh lặng và bất động trong khi bạn đi, đứng, nằm, ngồi? Bạn có thể cảm nhận rằng thân bạn thực sự tĩnh lặng và bất động cả ngày đêm hệt như bạn đang ngồi thiền định? Khi bạn thấy tự tánh, rồi bạn chứng ngộ rằng bạn vốn là tánh không, rằng không gì có thể gọi được là 'bạn' hay là 'tôi.' Và rồi bạn sẽ thấy bạn thực sự tĩnh lặng và bất động.

Bây giờ hãy nhìn ra cửa sổ. Tuyết đang rơi, và một con chim đang bay. Bất kể như thế, bạn có thể thấy rằng tất cả các pháp đều thực sự tĩnh lặng và bất động không? Vạn pháp sáng chiếu trong tâm bạn, và thực sự tĩnh lặng và bất động.

Làm sao bạn thấy thân và tâm bạn vốn tịch lặng? Bạn sẽ thấy thân và tâm vốn tịch lặng ngay khi bạn thấy không có gì là "tôi" hay "của tôi." Từ đó, bạn biết cách nhìn thấy và tắm gội chính bạn trong tịch lặng cả ngày và đêm.

--- ---

PHẦN 2

11

EXISTENCE AND NONEXISTENCE

Existence – there you see all things existing.
Nonexistence – there you see all things vanishing.
Existence and nonexistence are just like the underwater moon.
Cling to neither existence nor nonexistence.

ĐẠO HẠNH (? – 1115)

NOTE: How can we say this mountain or that river is emptiness? Just think this: They are impermanent, so they are somehow both existence and nonexistence, and so there are no words adequate to describe them. You can experience that in another way: gently listen, deeply listen, don't try to listen to a specific sound, just listen with your mind vacant. You will feel that all the sounds come and go just like echoes, just like illusions, just like a dream last night. And if you cling to either existence or nonexistence, you are shackled to this world.

All the sounds you hear and all the scenes you see actually appear and instantly disappear. How can we say all things exist or all things do not exist? Nothing has an abiding self.

Just like the underwater moon.

--- ---

CÓ VÀ KHÔNG

Có thì muôn sự có,
Không thì tất cả không.
Có, không trăng đáy nước,
Đừng mắc có cùng không.

ĐẠO HẠNH (? – 1115) – Bản dịch HT Thanh Từ.

GHI NHẬN: Làm sao bạn có thể nói ngọn núi này hay con sông kia là Không? Hãy suy nghĩ thế này: Chúng là vô thường, nên cách nào đó chúng đã mang cả có và không, và như thế không có lời nào thích nghi mô tả chúng. Bạn có thể kinh nghiệm như thế trong một cách khác: hãy dịu dàng lắng nghe, sâu thẳm lắng nghe, đừng nghe một âm thanh cụ thể nào, mà chỉ nghe với tâm rỗng vắng. Bạn sẽ cảm thấy rằng tất cả âm thanh đến rồi đi hệt như tiếng vang, hệt như hư ảo, hệt như giấc mộng đêm qua. Và nếu bạn bám chấp vào có hay không, bạn bị xiềng vào cõi trần gian này.

Tất cả âm thanh bạn nghe và tất cả cảnh bạn thấy thực sự hiển lộ ra và tức khắc biến mất. Làm sao chúng ta có thể nói vạn pháp có hay không? Không gì có một tự ngã cả. Chỉ y hệt như trăng đáy nước thôi.

--- ---

12

TRUE NATURE

True nature, eternally, is the nature of emptiness.
Actually, there is neither birth nor death.
The form appears and disappears
However, its empty nature is never gone.

THUẦN CHÂN (? – 1101)

NOTE: Look at a mirror. Images come and go, but the reflecting nature is always inactive, unmoved, uncreated, undying. Look at your mind. Thoughts come and go, but the mind's nature is always inaction, unmoved, uncreated, undying. We all are actors in a big theater; we have played millions of different roles since endless time, born and died in millions of plays. Now it's time to follow the Buddha's teaching to attain Nirvana -- the state of unborn and undying peace.

When you keep seeing the empty nature of your mind, you will not cling to what you hear or see. Then, you will break the cycle of birth and death.

--- ---

CHÂN TÁNH

Chân tánh thường không tánh,
Đâu từng có sanh diệt.
Thân là pháp sanh diệt,
Pháp tánh chưa từng diệt.

THUẦN CHÂN (? – 1101) – Bản dịch HT Thanh Từ

GHI NHẬN: Hãy nhìn vào gương. Hình ảnh đến rồi đi, nhưng tánh chiếu vẫn luôn vô vi, bất động, bất sinh, bất diệt.

Hãy nhìn vào tâm bạn. Niệm sinh khởi rồi diệt mất, nhưng tánh của tâm vẫn luôn luôn vô vi, bất động, bất sinh, bất diệt. Tất cả chúng ta đều là diễn viên trong một hí trường lớn; chúng ta đã đóng hàng triệu vai trò khác nhau từ thời gian vô thủy, sinh ra và chết đi trong hàng triệu vở tuồng, và bây giờ là lúc tu theo lời Phật dạy để đạt Niết Bàn – trạng thái của an lạc bất sinh và bất diệt.

Khi bạn liên tục nhìn thấy tự tánh rỗng rang không thực của tâm, bạn sẽ không dính mắc vào bất kỳ những gì bạn nghe hay thấy; như thế, bạn phá vỡ vòng xoay sinh tử.

--- ---

13

CROSSING THE OCEAN

All things, originally, are just like emptiness
neither existent nor nonexistent
Those who understand this will recognize that sentient beings
are equal to Buddha.
The moon of Lankavatara is tranquil;
the vessel of Prajnaparamita, void.
Realize the emptiness [of all things], and use this emptiness
insight to comprehend existence.
Then you will know how to live in the right contemplation,
naturally at all times.

HUE SINH (? – 1063)

NOTE: Lankavatara and Prajnaparamita are two Mahayana scriptures. Both are studied in most Zen monasteries. The right contemplation mentioned above is a part of the Noble

Eightfold Path.

In the Sn 5.15 Sutta (in Parayanavagga — The Chapter on the Way to the Far Shore), Buddha said to Mogharaja that those who constantly and mindfully see the world as empty and non-self will get to the deathless.

--- ---

QUA BIỂN SINH TỬ

Pháp gốc như không pháp,
Chẳng có cũng chẳng không.
Nếu người biết pháp ấy,
Chúng sanh cùng Phật đồng.
Trăng Lăng-già vắng lặng
Thuyền Bát-nhã rỗng không.
Biết không, không giác có
Chánh định mặc thong dong.

HUỆ SINH (? – 1063) – Bản dịch HT Thanh Từ.

GHI NHẬN: Lăng Già và Bát Nhã Ba La Mật là hai bộ kinh Bắc Tông. Hầu hết thiền viện đều học cả hai kinh này. Chánh định nói ở trên là một phần trong Bát Chánh Đạo.

Trong Kinh Sn 5.15 (trong Phẩm Qua Bờ Kia, Tiểu Bộ Kinh), Đức Phật nói với Mogharaja rằng những ai thường trực tỉnh thức, nhìn thấy thế giới rỗng không và vô-tự-ngã sẽ tới được bờ bất tử.

--- ---

14

EMPTY MIND

The true nature is empty, nowhere to be grasped.
With an empty mind, you will awaken easily
In the burning mountain, the jewel's color shines bright.
In the kiln firing, the lotus blossoms beautifully.

NGO AN (1019 – 1088)

NOTE: The mountain burning and the kiln firing symbolize this suffering world. The jewel and the lotus symbolize the Buddha Nature or the Buddha within yourself; thus, it is the Nirvana from which you are never far away.

In the EA 24.10 Sutta (in Ekottara Agama), Buddha said his followers should develop the emptiness concentration, the signless concentration, and the undirected concentration to reach Nirvana. Developing the emptiness concentration, you see that all things are empty. Developing the signless concentration, you notice that all the things you see, heard and perceive are featureless. Developing the undirected concentration, you have no wishes whatsoever.

--- ---

TÂM KHÔNG

Diệu tánh rỗng không chẳng thể vin,
Rỗng không tâm ngộ việc dễ tin.
Tươi nhuần sắc ngọc trong núi cháy,
Lò lửa hoa sen nở thật xinh.

NGỘ ẤN (1019 – 1088) – Bản dịch HT Thanh Từ.

GHI NHẬN: Ngọn núi bị nung cháy, và lò lửa cháy tượng

trưng cho thế giới đau khổ này. Ngọc và hoa sen tượng trưng Phật Tánh, tức vị Phật trong bạn, và là Niết Bàn mà bạn chưa bao giờ lìa xa.

Trong Kinh EA 24.10 Sutta (trong Tăng Nhất A Hàm), Đức Phật dạy rằng hãy tu ba pháp Không tam-muội, Vô tướng tam-muội, Vô nguyện tam-muội để tới Niết Bàn. Tu Không tam-muội, bạn thấy tất cả các pháp đều là rỗng rang, không hư. Tu vô tướng tam-muội, bạn thấy tất cả những gì bạn thấy, nghe và nhận thức đều không có đặc tướng nào. Tu vô nguyện tam-muội, bạn thấy không hề mong cầu gì đối với tất cả các pháp.

--- ---

15

THE SPRING

When spring goes, all flowers die.
When spring comes, all flowers smile.
In front of the eyes, all things flow endlessly.
Old age comes already over my head.
Don't say that with the spring gone, all flowers fall.
Last night, in the front yard, a branch of mai.

MAN GIAC (1052 – 1096)

NOTE: Mai is a kind of flower that blossoms in springtime in Vietnam. Notice the contrast between the first and last line; also, the last line of the poem is a fragment sentence, without a verb, showing the state of unborn, unmoving, undying. While the stream manifests as endless waves rising and falling, the nature of water stays unmoved, uncreated. Now look at your mind, and see thoughts coming and going, arising and vanishing. The mind is just like a mirror that shows you the images of all things reflected. All images come and go, but the reflectivity is still there, unmoving, undying. Now, listen to the sound of two hands clapping, then listen to the sound of one hand clapping. Do you hear the soundless? The sound comes and goes, but the ability to hear is still there even in your sleep, unchanging, unmoving, undying.

--- ---

MÙA XUÂN

Xuân đi trăm hoa rụng,
Xuân đến trăm hoa cười.
Trước mắt việc đi mãi,
Trên đầu già đến rồi.
Chớ bảo xuân tàn hoa rụng hết,
Đêm qua, sân trước, một cành mai.

MÃN GIÁC (1052 - 1096) - Bản dịch HT Thanh Từ

GHI NHẬN: Mai là một loại hoa nở vào mùa xuân ở VN. Hãy ghi nhận sự trái nghịch giữa dòng đầu và cuối bài thơ; thêm nữa, dòng cuối là một câu không đầy đủ, thiếu động từ, cho thấy trạng thái của bất sinh, bất động, bất diệt. Trong khi dòng suối hiển lộ như là các đợt sóng bất tận hết sinh rồi diệt, tánh của nước vẫn bất động, vô tác. Bây giờ hãy nhìn vào tâm của bạn, và thấy niệm đến rồi đi, sinh rồi diệt. Tâm y hệt như một tấm gương cho bạn thấy hình ảnh vạn pháp được phản chiếu. Tất cả các ảnh đến rồi đi, nhưng tánh phản chiếu vẫn ở đó, bất động, bất diệt. Bây giờ, hãy nghe tiếng vỗ của hai bàn tay, rồi hãy nghe tiếng vỗ của một bàn tay. Bạn có nghe tiếng vô thanh? Âm thanh đến rồi đi, nhưng tánh nghe vẫn còn đó ngay cả trong giấc ngủ của bạn, không dời đổi, bất động, bất diệt.

16

EMPTINESS

Form is emptiness; emptiness is form.
Emptiness is form; form is emptiness.
Don't cling to form and emptiness --
That's the true meditation.

Y LAN (1073 - 1117)

NOTE: Just look at your body, your feelings, your thoughts; they were changing swiftly since the day you were born. So you have had millions of bodies, millions of feelings, millions of thoughts -- which one is your true body, true feeling, true thought? Your body, your feelings, your thoughts can manifest as millions of forms because forms are indeed emptiness just like illusions appearing in the mirror. If you cling to anything as form or emptiness, you are chasing the illusions.

In the MN 64 Sutta (Mahāmālukya Sutta), Buddha said that after a practitioner enters and abides in the first jhana, he or she should contemplate body and mind as impermanent, as empty, as not-self. They should then turn their mind away from those states and directs it towards the deathless element to destroy the defilements.

--- ---

KHÔNG

Sắc là không, không tức sắc,
Không là sắc, sắc tức không.
Sắc không đều chẳng quản,
Mới được hợp chân tông.

Ỷ LAN (1073 - 1117)–Bản dịch HT Thanh Từ.

GHI NHẬN: Hãy nhìn vào thân của bạn, vào cảm thọ của bạn, vào các niệm của bạn; chúng biến đổi rất là mau chóng kể từ ngày bạn chào đời. Do vậy, bạn đã có hàng triệu thân khác nhau, hàng triệu cảm thọ khác nhau, hàng triệu tâm khác nhau – câu hỏi là, thân nào là thân thật của bạn, cảm thọ nào là cảm thọ thật của bạn, và tâm nào là tâm thật của bạn? Thân của bạn, cảm thọ của bạn, tâm của bạn có thể hiển lộ ra thành hàng triệu sắc tương khác nhau, bởi vì các sắc tướng đều thực sự là tánh không, y hệt như các ảo ảnh hiện ra trong gương. Nếu bạn chấp vào bất cứ thứ gì như là sắc hay không, bạn lại đang đuổi bắt ảo ảnh thôi.

Trong Kinh Trung Bộ MN 64 Sutta (Mahāmālukya Sutta), Đức Phật dạy rằng sau khi một học nhân vào và an trú trong sơ thiền, người này nên quán tưởng thân và tâm là vô thường, là không hư, là vô ngã... rồi hướng tâm rời các trạng thái đó, hướng về bất tử giới để đoạn tận lậu hoặc.

17

AT HOME

Having neither face nor color,
The Way is born anew every day.
Look at all the worlds outside:

You are at home everywhere.

THUONG CHIEU (? – 1203)

NOTE: Just like a mirror, the mind is shining bright, showing all things, and helping you to see the birds flying and hear them singing. Just like a mirror, your clear mind has neither face nor color. The Way is simple: just as one dusts a mirror, liberate the mind from the three poisons – desire, hatred, and ignorance.   A clean mirror calmly reflects, doesn't hold anything; a liberated mind calmly reflects, doesn't cling to anything. So, a liberated mind is always anew. Look around, see the birds flying, and hear them singing. Is your mind manifesting as the images of birds flying, and as the sound of birds singing? Look around: are you at home now?

How could your mind be clear and anew as a clean mirror? In the Ud 1.10 (Bahiya Sutta), the Buddha said to Bahiya: "Then, Bāhiya, you should train yourself thus: In reference to the seen, there will be only the seen. In reference to the heard, only the heard. In reference to the sensed, only the sensed. In reference to the cognized, only the cognized. That is how you should train yourself. When for you there will be only the seen in reference to the seen, only the heard in reference to the heard, only the sensed in reference to the sensed, only the cognized in reference to the cognized, then, Bāhiya, there is no you in connection with that. When there is no you in connection with that, there is no you there. When there is no you there, you are neither here nor yonder nor between the two. This, just this, is the end of stress." (As translated by Thanissaro Bhikkhu). After learning how to train, Bahiya was completely emancipated right in that morning.

The Zen master Thích Phước Hậu (1866 - 1949) composed the below poem.

The scriptures have 84,000 sutras
I have learned and practiced them all, not less and not more
Now I have forgotten completely all of them
except for the word Suchness on my head.

--- ---

TẠI NHÀ

Đạo vốn không nhan sắc,
Ngày ngày lại mới tươi,
Ngoài đại thiên sa giới,
Chỗ nào chẳng là nhà.

THƯỜNG CHIẾU (? - 1203) – Bản dịch HT Thanh Từ

GHI NHẬN: Hệt như tấm gương, tâm chiếu sáng, phô bày vạn pháp, và giúp bạn nhìn thấy chim bay và nghe chim hót. Hệt như tấm gương, tâm trong trẻo của bạn không có khuôn diện hay màu sắc nào. Đạo thì đơn giản: cứ hệt như lau gương cho khỏi bụi, hãy đưa tâm ra khỏi tam độc – tham, sân và si. Một tấm gương sạch sẽ lặng lẽ chiếu ảnh, không chấp giữ gì cả; tâm đã giải thoát cũng lặng lẽ chiếu ảnh, không trụ vào bất cứ vật gì. Do vậy, tâm giải thoát thì luôn luôn mới. Hãy nhìn quanh, hãy thấy chim bay, và hãy nghe chim hót. Có phải tâm bạn đang hiển lộng như là hình ảnh chim bay, và tiếng chim hót? Hãy nhìn quanh: có phải bạn đang ở nhà bây giờ?

Làm thế nào tâm của bạn có thể trong trẻo và mới tinh khôi như chiếc gương sạch? Trong Kinh Ud 1.10 (Bahiya Sutta), Đức Phật dạy Bahiya: "Rồi thì, Bahiya, ngươi hãy tự tu tập thế này: trong cái được thấy, sẽ chỉ là cái được thấy. Trong cái được nghe, sẽ chỉ là cái được nghe. Trong cái được cảm thọ, sẽ chỉ là cái được cảm thọ. Trong cái được thức tri, sẽ chỉ là cái được thức tri. Đó là cách ngươi hãy tự tu tập. Khi với ngươi, cái được thấy sẽ chỉ là cái được thấy, cái được nghe chỉ là cái được nghe, cái được cảm thọ chỉ là cái được cảm thọ, cái được thức tri chỉ là cái được thức tri, thì, Bahiya, sẽ không có cai "ngươi" nào liên hệ tới đó. Khi không có cái ngươi nào liên hệ đó, thì sẽ không có cái ngươi nơi đó. Khi không có cái ngươi nơi đó, ngươi sẽ không vướng vào nơi này, nơi kia và giữa hai nơi, xa cả quá, hiện, vị lai. Đó là giải thoát." Sau khi nghe lời dạy, ngài Bahiya giải thoát hoàn toàn ngay buổi sáng hôm đó.

Thiền sư Thích Phước Hậu (1866 - 1949) đã làm bài thơ như sau.

Kinh điển lưu truyền tám vạn tư
Học hành không thiếu cũng không dư
Đến nay tính lại đà quên hết
Chỉ nhớ trên đầu một chữ Như.

18

WEIRD THING

I have a weird thing –
not blue, not yellow, not black, not red, not white.
Both monks and laypersons who like birth tand dislike death
are all the outlawed.

They don't know that birth and death
though different paths, are simply gain and loss.

If you say birth and death are different trails,
you cheat both Sakyamuni and Maitreya.

If you know birth and death, death and birth,
then you understand where I dwell.
You all, Zen practitioners and future learners,
should not accept patterns and guidelines.

GIOI KHONG (circa 12th century)

NOTE: Patterns and guidelines are the finger pointing toward the moon, not the moon one wishes to see. If you don't have guidelines, you don't know how to practice Zen. However, if you treat the guidelines as truth, you will never understand the mind teachings. This is the gateless gate, and also the pathless path.

How can we get into the gateless gate? If you think that you have to follow a method or a technique, you already get in a wrong way of meditation. All the methods and techniques are products of the past. When you mindfully live the reality of the present, your mind has to throw away all products of the past, wish nothing for the future, and cling to nothing in the present. Live mindfully and urgently the reality like that in every moment of your life. Just think that the next coming moment is death, and you have no time to waste. Every moment in your life will become the moment of the unknown and unbounded.

--- ---

VIỆC KỲ ĐẶC

Ta có một việc kỳ đặc,

Chẳng xanh vàng đen đỏ trắng.
Cả người tại gia, xuất gia,
Thích sanh, chán tử là giặc.

Chẳng rõ sanh tử khác đường,
Sanh tử chỉ là được mất.
Nếu cho sanh tử khác đường,
Lừa cả Thích-ca, Di-lặc.

Ví biết sanh tử, sanh tử,
Mới hiểu lão tăng chỗ náu,
Môn nhân, hậu học, các người,
Chớ nhận khuôn mẫu pháp tắc.

GIỚI KHÔNG (khoảng thế kỷ 12) – Bản dịch HT Thanh Từ.

GHI NHẬN: Tất cả khuôn mẫu pháp tắc là ngón tay để chỉ, không phải mặt trăng mà bạn muốn thấy. Nếu bạn không có các hướng dẫn đó, bạn không biết làm sao tập Thiền. Nhưng khi bạn bám chấp vào nó như chân lý, bạn sẽ không bao giờ hiểu được pháp môn tâm tông này. Đây là cửa không cửa, và cũng là đường đi không có đường đi.

Cách nào để vào được cửa không cửa? Nếu bạn nghĩ rằng bạn phải tập theo một phương pháp hay kỹ thuật, bạn đã đi sai đường thiền rồi. Tất cả phương pháp và kỹ thuật đều là sản phẩm của quá khứ. Khi bạn tỉnh thức sống cái thực tại ở đây và bây giờ, tâm bạn phải quăng bỏ hết các sản phẩm quá khứ, không mơ mộng gì cho tương lai, và không dính mắc gì trong hiện tại. Hãy sống tỉnh thức và khẩn cấp cái hiện tiền như thế trong từng khoảnh khắc trong đời bạn. Hãy nghĩ rằng khoảnh khắc kế tiếp chính là cái chết, và bạn không còn thời gian để bỏ phí nữa. Từng khoảnh khắc trong đời bạn sẽ trở thành khoảng khắc của những cái chưa từng biết và không hề có giới hạn.

--- ---

19

THE SUN

Earth, water, fire, wind, consciousness – these are originally emptiness.
The clouds form and dissolve, but the Bodhi sun shines endlessly.

This worldly body and the sublime nature can be said neither forming nor dissolving.
If you need to distinguish, just see the flower in the firing kiln.

DAO HUE (? – 1172)

NOTE: All things are made from the five elements: Earth, water, fire, wind, consciousness. They are all emptiness originally. They are empty, so they can change and transform.

How could lust grow in your mind? A beautiful form, a soothing voice, a delicious meal, a gentle touching or a nice memory could grow lust via consciousness. Just constantly let go of all things, feel the river of impermanence flow through your body and mind; thus, you will see there is no support for the establishing of consciousness, and then lust will vanish. When there is no clinging to the craving, suffering ends.

In other words, only the seen are revealed in front of your eyes, and there is nobody who is seeing; similarly, only the heard are picked up by the ear, and there is nobody who is listening. And so on.

--- ---

MẶT TRỜI

Đất nước lửa gió thức,
Nguyên lai thảy đều không.
Như mây lại tan hợp,
Phật nhật chiếu không cùng.

Sắc thân cùng diệu thể,
Chẳng hợp chẳng chia lìa.
Nếu người cần phân biệt,
Trong lò một cành hoa.

ĐẠO HUỆ (? – 1172) – Bản dịch HT Thanh Từ.

GHI NHẬN: Vạn pháp hình thành từ ngũ đại: Đất, nước, lửa, gió, thức. Chúng đều tận gốc là Không. Vì chúng rỗng rang, nên chúng có thể biến đổi và chuyển hóa.

Vì sao tham dục khởi dậy trong tâm? Một hình thể đẹp, một giọng nói ngọt ngào, một bữa ăn ngon, một vuốt ve dịu dàng, hay một kỷ niệm dễ thương có thể khởi tham dục trong thức. Hãy liên tục buông bỏ hết mọi thứ, hãy cảm nhận dòng sông vô thường đang trôi chảy qua thân tâm bạn; với cách như thế, bạn sẽ thấy không có chỗ cho thức an trụ, và rồi tham dục sẽ biến mất. Khi không còn dính mắc vào tham ái, khổ sẽ đoạn tận.

Nói cách khác, chỉ có cái được thấy hiển lộ trước mắt bạn, và không có ai đang thấy; tương tự, chỉ có cái được nghe hiển lộ qua tai, và không có ai đang lắng nghe. Và vân vân.

20

WISDOM

To learn the way of Buddha, you must have zeal;
to become a Buddha, you need wisdom.
To shoot a target with an arrow from more than a hundred
steps away, you must be strong;
to hit the mark, you need more than strength.

BAO GIAM (?-1173)

NOTE: Wisdom, insight, right view... Just follow the Buddha's teachings, meditate for many years, and you will understand the Way. Wisdom is different from knowledge. Knowledge is gathered from the past; wisdom is beyond time. Knowledge is obtained from experience, reserved for future use; wisdom is just like a clear and empty mirror that mindfully reflects the objects and grasps nothing. It is via wisdom that you see the truth of all things as emptiness, non-self, and impermanence. It is via wisdom that you see nothing as "the I" or "the mine" in your whole body and mind. It is via wisdom that you see yourself as a group of flesh, bone, skin, blood, legs, arms, hands, head and hair that is walking, sitting, speaking, smiling, and doing many other things. At the first time you see the emptiness nature of the wisdom mirror, you will understand many Zen sayings.

--- ---

TUỆ

Muốn tiến đến tông thừa của Phật là phải siêng năng,
song thành Phật chánh giác phải nhờ trí tuệ.
Ví như nhắm bắn cái đích ngoài trăm bước,
mũi tên đến được là nhờ sức mạnh,
song trúng được đích không phải do sức.

BẢO GIÁM (?-1173) –Bản dịch HT Thanh Từ.

GHI NHẬN: Trí tuệ, tuệ tri, chánh kiến… Hãy theo lời Phật dạy, thiền tập trong nhiều năm, và bạn sẽ hiểu Đạo. Trí tuệ khác với kiến thức. Trong khi kiến thức gom góp từ quá khứ, trí tuệ nằm ngoài thời gian. Kiến thức là kinh nghiệm bạn học và sử dụng nhiều lần; trí tuệ lại y hệt một gương sáng rỗng rang, tỉnh thức phản chiếu sự vật và không nắm giữ gì. Nhìn qua trí tuệ, bạn thấy sự thật của vạn pháp là tánh không, là vô ngã và là vô thường. Nhìn qua trí tuệ, bạn thấy không có gì là "tôi" hay "của tôi" trong toàn thân và tâm của bạn. Nhìn qua trí tuệ, bạn mới thấy bạn là một nhúm thịt, xương, da, máu, chân, cánh tay, bàn tay, đầu và tóc đang đi bộ, ngồi, nói, cười, và làm nhiều chuyện khác. Lần đầu bạn thấy bản tánh không của gương sáng trí tuệ, bạn sẽ hiểu nhiều câu Thiền ngữ.

PHẦN 3

21

ILLUSORY BODY

This illusory body was originally born from emptiness and stillness,
just like images appearing in a mirror.
Realizing that all forms are all empty,
instantly in this illusory body you realize the true form.

BON TINH (1100 – 1176)

NOTE: Empty. True form. Just look around. Are all things around you emptiness? And how can we realize the true form in this illusory body? Just meditate. Because this exists, that exists; because this arises, that arises... That is the Law of Dependent Origination. Nothing exists by itself alone.

Just watch a thought come and go. When a thought arises, there is no place from which it comes; when it ceases, there is no place to which it goes. All things come and go. All things exist and vanish. All things are emptiness, impermanence, non-self, and unsatisfactoriness. When you constantly see that this group of body and mind is illusory, you are seeing its true form.

--- ---

ẢO THÂN

Thân huyễn vốn từ không tịch sanh,
Dường tợ trong gương hiện bóng hình.
Bóng hình giác rõ không tất cả,
Thân huyễn chớp mắt chứng tướng chân.

BỔN TỊNH (1100 – 1176) – Bản dịch HT Thanh Từ

GHI NHẬN: Không. Thật tướng. Hãy nhìn quanh. Có phải vạn pháp quanh bạn đều là không? Và làm sao bạn có thể chứng ngộ thật tướng trong ảo thân này? Hãy thiền tập. Bởi vì cái này có, nên cái kia có; bởi vì cái này tập khởi, nên cái kia tập khởi... Đó là Luật Duyên Khởi. Không có gì tự thân xuất hiện.

Hãy nhìn xem một niệm tới và đi. Khi một niệm khởi, không từ đâu niệm nay tới; khi niệm này diệt, không nơi nào để về đâu. Tất cả các pháp đến và đi. Tất cả các pháp hiện rồi biến. Tất cả các pháp đều rỗng không, vô thường, vô ngã và bất như ý. Khi bạn thấy liên tục khối thân tâm nào là huyễn ảo, bạn đang nhìn thấy thực tướng của nó.

22

BREATHING

Breathing in, you feel you are breathing in;
breathing out, you feel you are breathing out.
Breathing in, you know you are breathing in;
breathing out, you know you are breathing out.
While you breathe, you feel; then, you know.

Feeling – that means you feel the breath long or short. Knowing – that means you are aware of the breath rising and falling, rough or smooth, slow or fast.

KHUONG TANG HOI (? – 280)

NOTE: Breathing meditation helps calm the mind easily; it is also a part of mindfulness meditation. There are many ways in breathing meditation. Some teachers prefer to count or follow breaths. You should also try this: With your eyes half-open, don't count, don't follow, just feel the breaths; Be alert, and feel the breathing. Just be like a baby, and feel the breathing. A baby cannot think, cannot count, cannot put her mind on her breaths, but she lives mostly with a sense of feeling and she will cry when the room is too hot, or when she is hungry. Just feel the breaths, don't count or follow it. Remember that all methods of breathing meditation are helpful, and you can try many different ones. The Buddha said that breathing meditation cured many illnesses too.

While you breathe, remember that there is no one is breathing. Just see yourself as a group of flesh, bone, skin, blood, legs, arms, hands, head and hair that is breathing in and out gently. Breathing this way, you will easily see within the breaths the characteristics of non-self, impermanence, unsatisfactoriness, and emptiness.

--- ---

THỞ

Hơi thở ra, hơi thở vào tự hiểu,
hơi thở ra, hơi thở vào tự biết.

Đương lúc ấy là hiểu, về sau là biết.

Hiểu là hiểu hơi thở dài ngắn.
Biết là biết hơi thở sinh diệt thô tế chậm nhanh.

KHƯƠNG TĂNG HỘI (? – 280) –Bản dịch TT Trí Siêu Lê Mạnh Thát.

GHI NHẬN: Pháp thiền niệm hơi thở giúp tịnh tâm dễ dàng; nó cũng là một phần của thiền quán niệm. Có nhiều pháp niệm hơi thở. Vài vị thầy ưa cách đếm hay theo dõi hơi thở. Bạn cũng nên thử cách này: Với mắt mở nửa chừng, đừng đếm, đừng theo dõi, mà hãy cảm nhận hơi thở; Hãy tỉnh táo, và cảm nhận hơi thở. Hãy hệt như một em bé sơ sinh, và cảm nhận hơi thở. Em bé không thể suy nghĩ, không thể đếm, không thể chú tâm vào hơi thở, nhưng em bé sống hầu hết là bằng cảm thức, và bé sẽ khóc khi trong phòng quá nóng, hay khi bé đói bụng. Hãy cảm nhận hơi thở, đừng đếm hay theo dõi nó. Hãy nhớ rằng tất cả phương pháp niệm hơi thở đều tốt, và bạn có thể thử tập nhiều pháp niệm hơi thở khác nhau. Đức Phật nói pháp thiền hơi thở cũng chữa được nhiều bệnh.

Khi bạn thở, hãy nhớ rằng không có ai đang thở. Hãy tự xem bạn như một nhúm thịt, xương, da, máu, chân, cánh tay, bàn tay, đầu và tóc đang dịu dàng thở vào và ra. Thở trong cách này, bạn sẽ dễ dàng nhìn thấy ngay trong hơi thở các đặc tướng vô ngã, vô thường, bất như ý và rỗng không vô tự tánh.

--- ---

23

BUDDHA SEED

Having the Buddha Seed within, hearing the profound teachings, you should be eager to practice.
After throwing all desires far a thousand miles away, then day after day you will enter more deeply the noble truth of liberation.

TRI (circa 10th or 11th century)

NOTE: Buddha Seed is another name for Buddha Nature. If you can abandon all desires, then you won't cling to anything more. That also means when you throw away all grasping views on existence and nonexistence, all things binding you to this samsara world will fall apart. But it takes time. Even after you suddenly realize the Buddha Nature in your mind, you still have to practice constantly. Then you should read a lot of Buddhist scriptures from all traditions – Theravada, Mahayana and Tibetan – and would see that many of these teachings already are parts of your everyday meditation.

One day, King Tran Thai Tong (1218--1277), a famous Zen master in Vietnam, gave his students a koan as below.

A monk asked Zhao Zhou, "Does a dog have Buddha Nature?"

Zhao Zhou replied, "No."

Monk asked again. Zhao Zhou said, "Yes."

King Tran Thai Tong then composed a poem, saying that it would be wrong if anybody took the answer as yes or no. It would be wrong also if anybody took the answer as anything related to yes or no.

What should we think about this koan? You should think that you are not far away from the Nirvana; actually, you are already in Nirvana anytime your mind turns away from desire, hatred, and delusion.

The Buddha said in the SA-28 Sutra that a monk attains Nirvaṇa here and now when this monk turns away from and has no desire for form, feeling, perception, formations, consciousness, proceeds towards cessation, and clings to nothing.

Thus, you could be in samsara this moment, and in Nirvana the next moment. Any answer as yes or no would be wrong for the koan. Anytime you attain Nirvaṇa here and now, your mind becomes serene, blissful and luminous. How could words say about the wordless Nirvana?

--- ---

HẠT GIỐNG PHẬT

Đã mang giống Phật dưỡng trong lòng,
Nghe nói lời mầu ý thích mong.
Vất ngoài ngàn dặm niềm tham muốn,
Lý nhiệm càng ngày càng bao dong.

Thiền Sư TRÍ (khoảng thế kỷ 10 hay 11) – Bản dịch HT Thanh Từ.

GHI NHẬN: Hạt Giống Phật là một tên khác của Phật Tánh. Nếu bạn có thể buông bỏ hết mọi thèm khát, thì bạn sẽ không bám chấp vào bất cứ gì nữa. Thế cũng có nghĩa là khi bạn buông xả hết mọi có và không, thì mọi thứ ràng buộc bạn vào cõi luân hồi này sẽ tan rã. Nhưng cần có thời giờ. Ngay cả khi bạn đã hốt nhiên đốn ngộ Phật Tánh trong tâm, bạn vẫn phải liên tục tu tập thường trực. Rồi bạn hãy nên đọc nhiều kinh sách từ nhiều truyền thống – Phật Giáo Nam Tông, Bắc Tông và Tây Tạng – và sẽ thấy rằng nhiều lời dạy trong đó đã một phần có sẵn trong thiền tập hàng ngày của bạn.

Một hôm, Vua Trần Thái Tông (1218--1277), một Thiền sư nổi tiếng của Việt Nam, đưa một công án cho học trò như sau.

Một nhà sư hỏi Triệu Châu, "Con chó có Phật Tánh hay không?"

Triệu Châu đáp, "Không."

Nhà sư hỏi lần nữa. Triệu Châu nói, "Có."

Vua Trần Thái Tông kế tiếp làm một bài thơ, nói rằng sẽ là sai nếu có ai cho câu trả lời là có với không. Cũng sẽ sai nếu có ai nói câu trả lời nào liên hệ tới có và không.

Chúng ta nên nghĩ gì về công án này? Bạn nên nghĩ rằng bạn không hề xa Niết Bàn; thực sự, bạn đã ở trong Niết Bàn bất cứ khi nào bạn rời tham, sân và si.

Đức Phật nói trong Tạp A Hàm, Kinh SA-28, rằng một vị sư đạt Niết Bàn ngay đây và bây giờ là khi sư này quay lưng đi và không tham luyến hình sắc, cảm thọ, tưởng, hành và thức, khởi tâm hướng về tịch diệt, và không dính mắc gì hết.

Như thế, bạn có thể trong ba cõi luân hồi ngay khoảnh khắc này, và trong Niết Bàn khoảnh khắc kế tiếp. Bất kỳ câu trả lời có hay không sẽ sai đối với công án này. Bất cứ khi nào bạn chứng đắc Niết Bàn nơi đây và bây giờ, tâm bạn trở thành tịch lặng, hạnh phúc và sáng chói. Làm sao ngôn ngữ có thể nói gì về Niết Bàn vô ngôn này?

--- ---

24

LEARNING

Dear dharma practitioners! Offering your best efforts to
Buddha, all learners only need to quit bad conduct.
Be mindful while you chant, understand what you believe,
practice the teachings you hear, and live in a quiet place near
dharma friends.
Speak peacefully, timely; have no fears.
Understand the meaning of Dharma, and become enlightened;
quit being ignorant, and constantly be mindful; be calm, and
live with your mind unmoved.
See all things as impermanent, non-self, uncreated,
unconditioned. Thus learners are those who have no
discrimination.

TINH LUC (1112 – 1175)

NOTE: See for yourself all things are impermanent and non-
self. Looking at the person you are now, you see it is different
from millions of persons you were yesterday, and you see you
are just a stream running swiftly, manifesting endlessly in
different forms as waves rising and falling, as bubbles
forming and popping. The waves and bubbles continuously
appear large or small, high or low, hot or cold, clean or
unclean; but at all times, water has no form, being unmoved,
staying unconditioned. Just live like water, and you will catch
a glimpse of Nirvana – the state of uncreated, unconditioned

peace. After that insight, you easily act, speak, and think mindfully, without discrimination. Just advance on the way to liberation; don't cling to this suffering world again, in this life or after.

--- ---

HỌC ĐẠO

Các ngươi! Tất cả các người học đạo lấy tâm siêng năng cúng dường Phật, không gì khác hơn chỉ cầu dứt được các nghiệp ác.

Tâm miệng niệm tụng, tin hiểu nghe nhận, ở chỗ vắng vẻ yên lặng, gần thiện tri thức.

Nói ra lời hòa nhã, nói phải thời đúng lúc, trong tâm không khiếp nhược.

Liễu đạt nghĩa lý, xa lìa ngu mê, an trụ chỗ bất động.

Quán tất cả pháp vô thường, vô ngã, vô tác, vô vi.

Nơi nơi lìa phân biệt, ấy là người học đạo…

TỊNH LỰC (1112 – 1175) – Bản dịch HT Thanh Từ

GHI NHẬN: Hãy tự thấy vạn pháp là vô thường, và vô ngã. Nhìn vào chính bạn bây giờ, bạn thấy nó khác với hàng triệu con người của bạn hôm qua, và bạn thấy bạn chỉ là một dòng suối chảy xiết, hiển lộ vô tận trong các thân khác nhau, hệt như sóng sinh rồi diệt, như bọt sóng trào lên rồi vỡ tan. Sóng và bọt sóng cứ liên tục xuất hiện, lớn hay nhỏ, cao hay thấp, nóng hay lạnh, sạch hay dơ; nhưng luôn luôn, nước thì không có sắc tướng, bất động, không bị tạo tác. Sau cái trực nhận đó, bạn dễ dàng hành động, nói, và suy nghĩ một cách tỉnh thức, không phân biệt. Hãy thẳng đường tới giải thóat; đừng bám vào thế giới đau khổ này nữa, trong đời này hay đời sau.

25

TAMING THE MIND

Outwardly, stop all involvement; inwardly, stop all fabrication.

Be alert -- have a mind unmoved by the form you see, by the sound you hear, by the odor you smell, by the flavor you taste.

…

Constantly, watch the ox moving, listen to its hoofbeats.
Constantly, in any movement, never keep your eyes away from the ox.
Constantly, keep your mind on the ox while lying down, sitting, standing and walking.
Constantly, keep watching inwardly.
It's wrong to let it wander wildly.

QUANG TRI (circa 18th century)

NOTE: Meditation is like taming an ox. How can you have a mind unmoved while living in this world? Just be like the water, not like waves or bubbles; the water is unmoved, uncreated, unconditioned while the waves rise and fall, the bubbles form and pop endlessly. Look at your mind – an endless stream of thoughts. Keep watching the mind, and be like water, which equally flows all things thrown into that stream.

--- ---

LUYỆN TÂM

Bên ngoài ngưng các duyên, bên trong dứt các vọng.

Kiểm soát cái nhìn của mắt, cái nghe của tai, cái ngửi của mũi, cái nếm của lưỡi.

…

Trong suốt ngày, lúc nào mắt cũng cần nội quán sự rong chạy của con trâu, tai lắng nghe tung tích của con trâu.

Cho đến nhất cử nhất động, niệm niệm đều không tách xa con trâu.

Nằm, ngồi, đi, đứng đều để tâm vào con trâu này.

Không để cho một giây phút nào là không chiếu rọi vào.

Hễ lơi lỏng là trái phạm.

QUẢNG TRÍ –Bản dịch Cư sĩ Trần Đình Sơn.

GHI NHẬN: Thiền tập y hệt như chăn trâu. Làm sao bạn giữ tâm bất động trong khi sống trong cõi này? Hay sống như nước, chứ đừng như sóng trào hay bọt nổi; nước thì bất động, vô tác, vô vi trong khi các đợt sóng sinh rồi diệt, bọt nổi rồi tan hoài thôi. Hãy nhìn vào tâm bạn – một dòng suối bất tận của các niệm. Hãy cứ nhìn vào tâm hoài, và cứ sống như nước, bình đẳng cuốn trôi hết tất cả những gì ném vào suối.

26

WATCHFUL

Watch yourself every day, constantly.
Watch yourself, be mindful, be alert.
In this dream world, don't search for a Dharma counselor;
Watch yourself, and see the Buddha's face on your face.

HƯƠNG HẢI (1628 – 1715)

NOTE: Watch yourself, and see you are impermanent, non-self. Watch yourself, and see whether you are living in a dream. You are changing swiftly, endlessly. Yesterday, you had millions of different bodies, millions of different feelings, millions of different thoughts – just like a stream flowing swiftly. Look back and see all those bodies, feelings, and thoughts just like dreams, like echoes, like mirages. Then look at the day before yesterday. Do you feel just like millions of lives away? Are those dreams? Think nothing, just observe. Just be alert, feel the breath, observe the body breathing. And feel the life and death flowing swiftly, endlessly in your whole body.

The blazing fire of impermanence is burning your whole body and mind. Just like a person whose turban or head is on fire, you should make a great effort to stamp out the fire. The Buddha said that you should constantly watch your own mind, repeatedly ask yourself whether you have any bad thoughts arising in your mind, continually be mindful to grow in wholesome qualities and destroy defilements.

--- ---

THẨM SÁT

Hằng ngày quán lại chính nơi mình
Xét nét kỹ càng chớ dễ khinh
Trong mộng tìm chi người tri thức
Mặt thầy sẽ thấy trên mặt mình.

HƯƠNG HẢI (1628 – 1715) – Bản dịch HT Thanh Từ.

GHI NHẬN: Hãy nhìn chính bạn, và thấy rằng bạn là vô thường, vô ngã. Hãy nhìn chính bạn, và xem có phải bạn đang sống trong một giấc mơ. Bạn đang biến đổi mau chóng, bất tận. Hôm qua, bạn có hàng triệu thân khác nhau, hàng triệu cảm thọ khác nhau, hàng triệu niệm khác nhau – y hệt như một dòng suối chảy xiết. Hãy nhìn lại và xem tất cả các thân đó, cảm thọ đó, và niệm đó y hệt như mơ, như tiếng vang, như ảo ảnh. Rồi hãy nhìn vào ngày trước ngày hôm qua. Bạn có cảm thấy như là hàng triệu kiếp xa cách đó không? Có phải chúng là mơ? Hãy quan sát, đừng khởi niệm. Hãy tỉnh táo, hãy cảm nhận hơi thở, hãy quan sát thân bạn đang thở. Và hãy cảm thấy sống và chết đang trôi chảy mau chóng, bất tận trong toàn thân bạn.

Ngọn lửa vô thường đang phừng phực đốt cháy toàn thân tâm bạn. Y hệt như người có khăn quấn đầu hay có đầu bị cháy, bạn nên ra sức tinh tấn dập tắt lửa. Đức Phật nói rằng bạn nên thường trực quán sát tâm mình, thường xuyên tự hỏi có vọng niệm nào khởi trong tâm hay không, liên tục tỉnh thức để trưởng dưỡng thiện pháp và đoạn tận lậu hoặc.

27

DHARMA FRIENDS

Practitioners need dharma friends, who help you distinguish clearly between the clean and the unclean.
First, colleagues living at will in forests and mountains can help you wipe out the mind of anger.
Second, colleagues keeping precepts seriously can help you fade away the five desires.
Third, colleagues with profound wisdom can help you escape from the shore of delusion.
Fourth, colleagues with vast knowledge can help you solve the hard and doubtful issues.
Fifth, colleagues of peace and serenity can help you easily

advance.

Sixth, colleagues of patience and modesty can help you remove arrogance.

Seventh, colleagues of sincerity and frankness can help you avoid mistakes.

Eighth, colleagues of vigor and zeal can help you attain the fruits of the Way.

Ninth, colleagues unattached to possessions and eager to donate can help you destroy miserliness.

Tenth, colleagues merciful and caring for all beings can help you liberate from the clinging to self and others.

QUANG TRI (circa 18th century)

NOTE: Buddha, parents, teachers, dharma friends, books… We need so much help on the way to liberation, because we have to learn a lot, keep precepts strictly, find an environment adequate for learning and meditation. But only you can watch your mind, and only you can wipe out the three poisons -- desire, hatred, and ignorance -- binding you in the cycle of rebirth.

Buddha said to Ananda in the SN 45.2 Sutta that good friends, companions, and colleagues are the whole of the holy life.

Buddha also said in the SN 45.84 Sutta that a monastic who has good friends can expect to develop and cultivate the noble eightfold path.

In Dhammapada, Buddha said that one should associate with good friends and honorable persons, not with wicked friends and dishonorable persons.

--- ---

BẠN ĐẠO

Vì vậy tu hành cần có bạn, mới phân biệt rõ ràng sạch và dơ.

Một là bạn bè ở chốn rừng núi an nhàn thì có thể giúp làm ngưng cái tâm nóng nảy.

Hai là bạn nghiêm trì giới luật thì có thể làm phai nhạt ngũ dục.

Ba là bạn có trí tuệ rộng lớn mới có thể giúp ra khỏi bến mê.

Bốn là học hành uyên bác mới có thể giải quyết những điều khó khăn nghi ngại.

Năm là bạn trầm tĩnh, mặc nhiên mới giúp thanh thản, tiến thủ được.

Sáu là hạng khiêm tốn, nhẫn nhục thì giúp tiêu trừ ngã mạn.

Bảy là hạng bạn lòng thẳng, nói ngay mới có thể ức chế được các lỗi lầm.

Tám là bạn đồng dũng mãnh, tinh tấn, mới giúp thành được đạo quả.

Chín là hạng xem thường của cải, thích bố thí mới giúp phá được tính keo kiệt, bỏn xẻn.

Mười là bạn nhân từ che chở cho muôn vật mới giúp đuổi trừ được sự chấp ta chấp người.

QUẢNG TRÍ (Khoảng thế kỷ 18)– Bản dịch Cư sĩ Trần Đình Sơn.

GHI NHẬN: Đức Phật, cha mẹ, quý thầy, các bạn đạo, kinh sách… Chúng ta cần rất nhiều hỗ trợ trên đường tu giải thoát, bởi vì chúng ta phải học nhiều, giữ giới nghiêm trang, tìm một môi trường thích nghi để học và thiền tập. Nhưng chỉ riêng bạn mới có thể nhìn vào tâm bạn, và chỉ riêng bạn có thể xóa đi tam độc – tham, sân và si – đang trói buộc bạn vào vòng luân hồi.

Đức Phật nói với Ananda trong Kinh SN 45.2 rằng bạn tốt, người đồng hành tốt và người đồng sự tốt chính là toàn bộ đời sống thánh đạo.

Đức Phật cũng nói trong Kinh SN 45.84 rằng một tu sĩ có bạn tốt sẽ dự kiến có thể thăng hoa và trưởng dưỡng con đường bát thánh đạo.

Trong Kinh Pháp Cú, Đức Phật nói rằng hãy kết thân với bạn tốt và người đáng kính, chớ gần với bạn dữ và người bất lương.

28

THE PRESENT

The present is not the past; the past is not the present. That means past thoughts have vanished, and the present thought is not the previous thought.
This means every act in past lives and in this present life has its own merit.
This means the good deed now is not the bad act done before.
This means the breath now is not the breath earlier, and the breath felt previously was not the breath sensed presently.

KHUONG TANG HOI (? – 280)

NOTE: Live with this time being. Every act has its own merit, so you should not worry about the past. Just sit with eyes half-open, feel your breath now, feel your body breathing now, feel your thought now arising and vanishing. Can you see this interval: while the previous thought vanished and the next thought doesn't arise yet? Try to gently stare that interval for all times in a day, or in two days, even when you are lying down, sitting, standing and walking. Later, you can use this stare to cut off all wandering thoughts.

There are three times --- past, present, and future time; however, time does not exist for those who attain Nirvana, stepping beyond the cycle of birth and death. Time exists for those who swim in the river of desire, hatred, and delusion. Time does not exist for those who see there is not an abiding self in any phenomena, who day and night discern that they are just a hollow flowing group of bodily form, feeling, perception, formations, and consciousness. Letting go of anything in the past, present and future, you will see your whole body and mind are just the emptiness, and time will vanish.

--- ---

HIỆN TẠI

Nay không phải là trước, trước không phải là nay, nghĩa là niệm nghĩ trước đã diệt, niệm bây giờ không phải là niệm trước, cũng có nghĩa việc làm đời trước, việc làm đời nay, mỗi tự có phước.
Cũng có nghĩa việc thiện nay làm không phải việc ác làm trước đó.
Cũng có nghĩa hơi thở bây giờ không phải là hơi thở trước đó, hơi thở trước đó không phải là hơi thở bây giờ.

KHƯƠNG TĂNG HỘI (? – 280) - Bản dịch TT Trí Siêu Lê Mạnh Thát.

GHI NHẬN: Hãy sống với hiện tại. Mỗi việc đều có phước riêng của nó, nên bạn đừng lo gì về quá khứ. Hãy ngồi với mắt mở hé, hãy cảm nhận hơi thở bây giờ, hãy cảm nhận thân bạn đang thở bây giờ, hãy cảm nhận niệm trong tâm bạn khởi lên rồi diệt đi. Bạn có thể nhìn thấy khoảng cách này không: hãy nhìn vào chỗ khi niệm trước đã diệt và niệm sau chưa sinh? Hãy dịu dàng nhìn khoảng cách đó trong mọi thời trong suốt một ngày, hay trong hai ngày, ngay cả khi bạn nằm, ngồi, đi và đứng. Sau này, bạn có thể sử dụng cái nhìn này để cắt ngang các niệm lang thang.

Có ba thời -- quá khứ, hiện tại và tương lai; tuy nhiên, thời gian không hiện hữu với người chứng đắc Niết bàn, bước qua khỏi vòng sinh và tử. Thời gian hiện hữu cho người bơi trong dòng sông của tham, sân, si. Thời gian không hiện hữu cho người nhìn thấy không có một tự ngã nào trong bất kỳ hiện tượng nào, người ngày và đêm nhận ra rằng họ chỉ là một tập hợp rỗng đang trôi chảy bao gồm sắc thân, cảm thọ, tưởng, hành và thức. Buông bỏ mọi thứ trong quá khứ, hiện tại và vị lai, bạn sẽ thấy toàn thân và tâm chỉ là rỗng không vô tự tánh, và thời gian sẽ biến mất.

--- ---

29

NOT TWO THINGS

All Buddhist gates are from your essence, and the essence of all things is from your mind.
Your mind and all things are one, not two things.
The fetters of samsara are all void.
Blessedness and sinfulness, right and wrong – all are

illusions.

CUU CHI (circa 11th century)

NOTE: Nonduality. Not two things. Don't think, don't reason. Feel it, live it. Try to feel it even if only for half an hour, then you will believe in Zen. First, with eyes half-open, be quiet, say nothing in your mind; feel the breath in and out, gently feel every breath. Later, see that your whole body is breathing – just gently watch your whole body feel the breath, every breath. Later, see that your whole body and mind become one with the breath. Then let your whole body gently feel the world around. Because you are non-self, you feel that you become one with the wind around, with the sounds from the beach, with the trees along the street, with the birds flying, and with all things you see, you hear. In your mirror mind, all things appear equally, all things are illusions; only the reflecting mind is shining.

In the Uraga Sutta (Sn 1.1), the Buddha said that those who have not a trace of desire, hatred, and delusion in their minds will see that the world is all unreal and will give up both this near shore [samsara] and the far shore [Nirvana].

In the SA 199 Sutra of the Agama, the Buddha said to Rahula that those who know, see and have not any sense of a self or the "I" or "mine" will go beyond duality, and attain Nirvana.

--- ---

KHÔNG HAI PHÁP

Phàm tất cả các pháp môn vốn từ tánh của các ngươi,
tánh tất cả các pháp vốn từ tâm của các ngươi.

Tâm pháp nhất như, vốn không hai pháp.
Phiền não trói buộc, tất cả đều không.
Tội phước phải quấy, tất cả đều huyễn.

CỨU CHỈ (circa 11th century) – Bản dịch HT Thanh Từ

GHI NHẬN: Bất nhị. Không hai. Đừng nghĩ ngợi, đừng biện luận. Hãy cảm nhận, hãy sống nó. Hãy thử cảm nhận nó cho dù chỉ nửa giờ, rồi bạn sẽ tin vào Thiền. Trước tiên, với mắt mở hé, giữ thật lặng lẽ, không nói gì trong tâm; hãy cảm nhận hơi thở vào và ra, hãy dịu dàng cảm nhận từng hơi thở. Sau đó, hãy thấy rằng toàn thân bạn đang thở -- hãy dịu dàng quan sát toàn thân bạn cảm nhận hơi thở, từng hơi thở. Sau đó, hãy thấy rằng toàn thân và tâm của bạn trở thành một với hơi thở. Rồi hãy để toàn thân của bạn cảm nhận thế giới chung quanh. Bởi vì bạn là vô ngã, bạn cảm thấy rằng bạn trở thành một với ngọn gió quanh đây, với các âm vang từ bờ biển, với các hàng cây dọc bên đường phố, với các con chim đang bay, và với mọi thứ bạn thấy, bạn nghe. Trong gương tâm của bạn, tất cả xuất hiện bình đẳng, tất cả đều là ảo ảnh; chỉ có tâm phản chiếu là đang chiếu sáng.

Trong Kinh Uraga Sutta (Sn 1.1), Đức Phật nói rằng những ai không còn chút tham sân si nào trong tâm sẽ nhìn thấy thế giới này không thật, chỉ như huyễn, và sẽ rời bỏ cả bờ này [sinh tử luân hồi] và bờ kia [Niết bàn].

Trong Kinh A Hàm SA 199, Đức Phật nói với Rahula rằng những ai biết, thấy và không còn vướng chút nào về tự ngã, về tôi hay của tôi, sẽ đi vượt qua cả hai bờ nhị nguyên, và thành tựu Niết bàn.

--- ---

30

SWALLOW FLYING

In the sky, a swallow flies;
underwater its image shines.
The swallow has no intention to leave any trace;
the water, no purpose to keep any image.

HUONG HAI (1628 – 1715)

NOTE: When King Le Du Tong asked for a summary of Buddhist teachings, Zen master Huong Hai said this four-line poem. Watch the world, and see all things reflected in your mind. Follow the Buddha's words, "Nothing should be clung to." Also don't cling to the happiness you are feeling now, even don't cling to this peaceful meditation you might get addicted to, and even don't cling to any feel-good method whatsoever. Don't cling to anything in this suffering world. Even the blissfulness you feel now in meditation will bind you in this suffering realm, if you cling to it; That blissfulness is not yet Nirvana.

Prof. Le Manh That said that this poem was originally composed by a Chinese Zen Master.

--- ---

NHẠN BAY

Nhạn bay trên không
Bóng chìm đáy nước
Nhạn không ý để dấu
Nước không tâm lưu bóng.

HƯƠNG HẢI (1628 – 1715) – Bản dịch HT Thanh Từ

GHI NHẬN: Khi Vua Lê Dụ Tông hỏi thế nào là đại ý Phật Pháp, Thiền Sư Hương Hải đọc bài thơ bốn câu này. Hãy nhìn vào thế giới, và thấy mọi thứ phản ánh trong tâm của bạn. Hãy theo lời Phật dạy, "Không bám chấp thứ gì cả." Cũng đừng mê chấp vào cái hạnh phúc bạn đang cảm thấy bây giờ, cũng đừng mê chấp vào pháp môn thiền định an tỉnh mà bạn có thể đã say mê nghiện ngập nó, cũng đừng mê chấp vào bất kỳ phương pháp cảm-thấy-thoái-mái nào hay bất cứ gì. Đừng bám chấp gì vào bất cứ gì trong cõi đau khổ này. Ngay cả sự an lạc bạn đang cảm thấy bây giờ trong thiền tập cũng sẽ trói buộc bạn vào cõi đau khổ này, nếu bạn bám chấp vào nó; hầu hết, sự an lạc đó chưa phải Niết Bàn đâu.

GS Lê Mạnh Thát nói rằng bài thơ này nguyên thủy là sáng tác của một Thiền sư Trung Hoa.

--- ---

PHẦN 4

31

AT EASE WITH BIRTH AND DEATH

When the mind arises, birth and death arise;
when the mind vanishes, birth and death vanish.
Originally emptiness – birth and death in nature are void.
Illusory manifestation – this unreal body will someday
disappear.
When you see affliction and bodhi fade,
hell and heaven will themselves wither,
the fire oven and the boiling oil will cool soon,
and the mountain of knives
and the tree of swords will break up all.
The hearers meditate; I don't.
The bodhisattvas give dharma talks; I tell the truth.

Life is itself illusory, and so is death.
The four elements are originally empty; where did they
emerge from?
Don't behave like a thirsty deer chasing the mirage,
and searching east then west endlessly.
The Dharma Body neither comes nor goes;
the True Nature is neither right nor wrong.
After arriving home, you should not ask for the way anymore.

After seeing the moon, you need not to look for the finger.
The unenlightened persons
erroneously fear of birth and death.
The enlightened are full of insight, and live at ease.

TUE TRUNG THUONG SI (1230-1291)

NOTE: In the SN 22.64 Sutta, a bhikkhu asked the Buddha to teach him the Dhamma in brief. The Buddha replied that in conceiving one was bound by Mara, and by not conceiving one is freed from Mara. That means that when you see or hear something, just let it be and do not interfere with your opinion or your judgment. Just let the "here and now" be the "here and now," and do not try to make it become "a should be."

It is wrong if you think that you are something this or something that. It is also wrong if you think that you are neither this nor that. When you are thinking of Mr. ABC as Mr. ABC, he actually can not be identified as Mr. ABC in your imagination. He is changing, and he is actually just a bag of skin in which many other things are changing. Thinking in this way, you may not be caught in a trap of a beautiful human body or a sweet voice. And thus, birth and death are essentially empty.

--- ---

SÓNG CHẾT NHÀN MÀ THÔI

Tâm mà sanh chừ sanh tử sanh
Tâm mà diệt chừ sanh tử diệt.
Sanh tử xưa nay tự tánh không
Thân huyễn hóa này rồi sẽ diệt.

Phiền não Bồ-đề thầm tiêu mòn
Địa ngục thiên đường tự khô kiệt.
Lò lửa dầu sôi chóng mát lành
Cây kiếm núi đao liền gãy hết.
Thanh văn ngồi thiền, ta không ngồi
Bồ-tát nói pháp, ta nói thật.

Sống tự dối sống, chết dối chết
Bốn đại vốn không, từ đâu khởi.
Chớ như nai khát đuổi sóng nắng
Chạy đông tìm tây không tạm nghỉ.
Pháp thân không đến cũng không đi
Chân tánh không phải cũng không quấy.
Đến nhà, nên biết thôi hỏi đường
Thấy trăng, đâu nhọc tìm tay ấy.
Kẻ ngu điên đảo sợ sống chết
Người trí thấy suốt nhàn thôi vậy.

TUỆ TRUNG THƯỢNG SĨ (1230-1291) - Bản dịch HT
Thanh Từ

GHI NHẬN: Trong Kinh SN 22.64 Sutta, một Thầy tỷ kheo
xin Đức Phật dạy Pháp ngắn gọn. Đức Phật trả lời rằng, hễ ai
suy tưởng là người ấy bị Ma trói buộc, hễ ai không suy tưởng
là thoát khỏi lưới Ma. Nghĩa là, khi bạn thấy hay nghe gì, hãy
để nó như là nó, và đừng can thiệp với ý kiến hay phán đoán
của bạn. Hãy để cái "nơi đây và bây giờ" là cái "nơi đây và
bây giờ," và đừng tìm cách làm cho nó thành "cái nên là."

Bạn sẽ sai lầm khi nghĩ rằng bạn là cái gì đó thế này hay thế
kia. Cũng sẽ sai nếu bạn nghĩ rằng bạn không phải thế này
hay không phải thế kia. Khi bạn nghĩ về anh ABC như là anh
ABC, người đó thực ra không thể bị cho là anh ABC trong

tưởng tượng của bạn. Anh ta đang biến đổi, và anh ta thực sự là một túi da trong đó nhiều thứ đang biến đổi. Suy nghĩ như thế, bạn có thể sẽ không rơi vào bẫy của một người xinh đẹp hay một giọng nói ngọt ngào. Và như thế, sinh và tử trong tự tánh chính là rỗng không.

--- ---

32

BODHI SCENES

Hidden in jewel, the melody sounds wonderful.
See there, fully before your eyes, the heart of Zen.
Those countless scenes are all Bodhi scenes.
Thinking of Bodhi, you will be ten thousand miles away.

TRI HUYEN (circa 12th century)

NOTE: The jewel stands for the Buddha Nature. Is the scene before your eyes the Pure Land? Is the Buddha Land here, in front of us? Buddha said that you are what you think, that your mind makes this world. Just think this: you came to this world by the influence of karma, and you have the merit to be born as a human being; if now you have enough merit to be heavenly being, then you would sometimes see a heavenly scene before your eyes, and if your karma as a human is done, then you would die instantly to be reborn in a heavenly realm. Now, just think another way: countless scenes before your eyes are also your mind. You can feel, realize and experience that situation.)

--- ---

BỒ ĐỀ CẢNH

Trong ngọc ẩn thanh diễn diệu âm,
Nơi kia đầy mắt bày thiền tâm.
Hà sa cảnh là Bồ-đề cảnh,
Nghĩ đến Bồ-đề cách vạn tầm.

TRÍ HUYỀN (thế kỷ 12) – Bản dịch HT Thanh Từ

GHI NHẬN: Ngọc để chỉ cho Phật Tánh. Có phải cảnh trước mắt bạn là Tịnh Độ không? Có phải Phật Độ ở đây, trước mắt chúng ta không? Đức Phật nói rằng bạn là những gì bạn suy nghĩ, rằng tâm bạn đã hình thành thế giới này. Hãy nghĩ thế này: nghiệp đã dẫn bạn vào thế giới này, và bạn đã có đủ phước để sinh làm người; nếu bây giờ bạn có đủ phước cho một vị cõi trời, bạn sẽ đôi khi nhìn thấy cảnh cõi trời trước mắt bạn, và nếu phước nghiệp cõi người của bạn đã xong, thì bạn sẽ chết tức khắc để tái sinh trong cõi trời. Bây giờ, hãy suy nghĩ cách khác: vô lượng cảnh trước mắt bạn cũng là tâm bạn. Bạn có thể cảm thấy như thế, chứng ngộ như thế, và kinh nghiệm như thế.

--- ---

33

MIND TEACHINGS

Eternally dwelling in worlds, unborn and undying –- that is called Buddha.
Understanding the mind teachings of the Buddha, attaining enlightenment along with interpreting scriptures — those are called Patriarchs.

The Buddha and Patriarchs are just one. Only the bookworms wrongly say they have high and low levels. Moreover, Buddha is the awareness. This awareness has existed serenely since infinite time. All sentient beings have it. Because their passionate defilements cover this awareness, all sentient beings are caught in the karma and fallen into the cycle of rebirth — then all the realms of samsara exist.

THONG BIEN (? – 1134)

NOTE: After meditating for a while, you should read many Buddhist scriptures, go to many temples, talk to many teachers from different sects, and find a tradition you feel comfortable most. Then you should formally take refuge in the Three Precious Ones – the Buddha, the Dharma, and the Sangha – and receive the precepts to make sure that we will never fall into lower realms, and will always move forward on the way to liberation.

In the AN 10.81 Sutta, the Buddha says that he dwells with unrestricted awareness --- freed, dissociated, and released away from form, feeling, perception, fabrications, consciousness, rebirth, aging, death, suffering and defilements.

--- ---

TÂM TÔNG

Thường trụ thế gian, không sanh không diệt gọi là Phật. Rõ biết tâm tông của Phật, hạnh và giải tương ưng gọi là Tổ.

Phật và Tổ chỉ là một, bởi những kẻ lạm học dối nói có hơn kém mà thôi. Vả lại, Phật là giác. Cái giác này xưa nay lặng lẽ thường trụ. Tất cả chúng sanh đều đồng có lý này, chỉ vì tình trần che lấp, theo nghiệp trôi lăn, chuyển thành các cõi.

THÔNG BIỆN (? – 1134) – Bản dịch HT Thanh Từ

GHI NHẬN: Sau khi thiền tập một thời gian, bạn nên đọc nhiều kinh Phật, đi thăm nhiều chùa, nói chuyện với nhiều vị thầy các tông phái khác nhau, và tìm một truyền thống mà bạn cảm thấy thoải mái nhất. Rồi bạn nên chính thức quy y Tam Bảo – Phật, Pháp, Tăng – và thọ giới để bảo đảm rằng bạn sẽ không bao giờ rơi vào các cõi thấp, và sẽ luôn luôn tiến trên đường tới quả vị giải thoát.

Trong Kinh AN 10.81 Sutta, Đức Phật nói rằng ngài sống với tâm không bị hạn cuộc --- xuất ly, xa lìa dính mắc, giải thoát khỏi sắc, thọ, tưởng, hành, thức, tái sanh, già, chết, khổ và phiền não.

--- ---

34

DEATH POEM

If you constantly see
that all things are unborn
and that all things are undying,
all Buddhas appear constantly
in front of your eyes.
Nothing is coming or going.

TRAN NHAN TONG (1258-1308)

NOTE: How could you see all things unborn in front of your mind? Just watch your mind gently, attentively. At some moments, you could see that your mind has not a trace of desire, aversion, and delusion; that means you are stepping on the path of the unconditioned, and the world of suffering is ceasing. At some moments, you see that your mind has not a trace of any thought of "I, me, and mine" and you are actually a bag of skin in which groups of flesh, bone, skin, blood, legs, arms, hands, head and hair are changing; that means you are seeing the unborn in front of your eyes. And thus, you are seeing a glimpse of the unconditioned, the deathless, the Nirvana. When you see that all things, inwardly and outwardly, are essentially emptiness, your whole body and mind will experience that all things actually neither come nor go.

--- ---

KỆ THỊ TỊCH

Hết thảy pháp không sinh
Hết thảy pháp không diệt
Nếu hay hiểu như vầy
Chư Phật thường trước mặt
Đến đi sao có đây

TRẦN NHÂN TÔNG (1258-1308) -- Bản dịch GS Lê Mạnh Thát

GHI NHẬN: Làm sao có thể thấy tất cả các pháp vô sanh trước mắt? Hãy nhìn vào tâm bạn dịu dàng, chăm chú. Có những khoảnh khắc, bạn có thể thấy tâm bạn không một chút gì của tham, sân và si; nghĩa là lúc đó bạn đang bước đi trên đường đạo vô vi, và thế giới đau khổ đang ngừng sanh khởi. Có những khoảnh khắc, bạn thấy tâm bạn không một chút gì của các niệm về "tôi [chủ thể], tôi [khách thể], và cái của tôi" và bạn thực sự là một túi da trong đó các nhóm thịt, xương, da, máu, chân, cánh tay, bàn tay, đầu và tóc đang biến đổi; nghĩa là lúc đó bạn đang thấy các pháp vô sanh trước mắt. Và như thế, bạn đang thấy một tia sáng vào vô vi, vào bất tử, vào Niết Bàn. Khi bạn thấy rằng tất cả các pháp, trong và ngoài, cốt tủy là rỗng không, toàn thân tâm bạn sẽ kinh nghiệm rằng tất cả các pháp thực sự là không tới và không đi.

--- ---

35

THE MOON SHINING

You don't need much time for practice to attain complete enlightenment.
Gaining wisdom is the best way; anything else, the exhausting effort.
Understanding the profound truth is just like seeing the sun in the sky.

The enlightened one is just like the moon shining above, illuminating all the realms endlessly.
If you need to know, just need to distinguish this:
Heavy fog blankets the high mountains in the afternoon.

BAO GIAM (? – 1173)

NOTE: You should take the four Zen vows. In Zen monasteries, practitioners recite the four Zen vows to save all sentient beings, to remove all the fetters, to master all the dharma teachings, and to attain the unsurpassed Buddahood. There are many good translations of the Zen vows, and you should find the one you can recite comfortably. The vows will lead you on the way to liberation. You are the moon, and you are shining all over rivers and mountains equally.

--- ---

TRĂNG SÁNG

Được thành chánh giác ít nhờ tu,
Ấy chỉ nhọc nhằn, trí tuệ ưu.
Nhận được ma-ni lý huyền diệu,
Ví thể trên không hiện vầng hồng.

Người trí khác nào trăng rọi không,
Chiếu soi khắp cõi sáng khôn ngần.
Nếu người cần biết, nên phân biệt,
Khói mù man mác phủ non chiều.

BẢO GIÁM – Bản dịch HT Thanh Từ.

GHI NHẬN: Bạn nên phát tứ hoằng thệ nguyện của Thiền Tông. Tại các thiền viện, người tu sẽ đọc bốn lời thệ nguyện Thiền Tông để cứu tất cả chúng sinh hữu tình, để đoạn tất cả phiền não, để học tất cả Phật pháp, và để thành tựu Phật đạo tối thượng. Có nhiều bản dịch tốt của bốn thệ nguyện này, và bạn nên tìm một bản mà bạn có thể đọc một cách thoải mái. Các thệ nguyện sẽ dẫn bạn đi trên đường giải thoát. Bạn là mặt trăng và bạn chiếu sáng trên sông và núi một cách bình đẳng.

--- ---

36

FIRE

There is the fire in the wood.
The fire is there, then the fire is born.
If you say the wood has no fire,
how could you make fire by friction?

KHUÔNG VIỆT (933 - 1011)

NOTE: Fire in the wood? Many Zen masters prefer to say that you have been a Buddha for a long, long time ago. That means you should watch inwardly to see the Buddha in your mind. How could we say that we are already a Buddha? Just do nothing, because you are already a Buddha. Cling to nothing whatsoever. Just let go of anything in the past, present or future. Right at that moment, you could experience the emptiness nature of all things inwardly and outwardly; gradually, you will immerse in the concentration of emptiness, and then live in freedom.

The EA 45.6 Sutta, the Buddha said that the concentration of emptiness is the unsurpassed concentration. When Ven. Sariputra entered and remained in the concentration of emptiness, he saw the illusions of personal identity in which there is not a trace of things as myself, the other-self, or sentient beings. The wisdom that realizes the emptiness nature of all things is the Buddha Nature --- or the fire in the wood as called by Zen Masters.

--- ---

LỬA

Trong cây sẵn có lửa,
Có lửa, lửa lại sanh.

Nếu bảo cây không lửa,
Cọ xát làm gì sanh.

KHUÔNG VIỆT (933 - 1011) - Bản dịch HT Thanh Từ

GHI NHẬN: Lửa trong cây? Nhiều Thiền Sư lại thích nói rằng bạn đã từng là một vị Phật từ khi thật xa xưa lắm vậy. Nghĩa là, bạn nên nhìn vào trong để thấy vị Phật trong tâm. Làm sao có thể nói rằng chúng ta đã là một vị Phật? Đừng làm gì hết, vì bạn đã là một vị Phật rồi. Đừng trụ vào bất cứ gì, đừng nắm giữ bất cứ gì. Hãy buông bỏ hết mọi thứ trong quá khứ, hiện tại và tương lai. Ngay giây phút đó, bạn có thể kinh nghiệm được bản tánh rỗng không của tất cả hiện tượng trong và ngoài tâm; dần dần, bạn sẽ an trú trong Không tam muội, và rồi sẽ giải thoát.

Trong Kinh Tăng Nhất A Hàm EA 45.6 Sutta, Đức Phật dạy rằng Không tam-muội là tối thượng tam-muội. Khi ngài Xá Lợi Phất vào an trú nơi Không tam-muội, ngài nhìn thấy hư ảo của ngã thể, trong đó không hề có chút gì như là tôi, người khác, hay chúng sinh. Trí tuệ nhận ra Tánh Không trong tất cả các pháp được gọi là Phật Tánh --- hay còn gọi là lửa trong gỗ, như các Thiền sư gọi.

--- ---

37

THE UNCONDITIONED

Profound originally, the emptiness manifests itself visibly.
The peaceful wind breezes all over the universe.
I wish all human beings experience the bliss of the
unconditioned.

Those who attain the unconditioned mind are actually coming home.

CHAN KHONG (1045 – 1100)

NOTE: In the SA 890 Sutta, the Buddha said that those who experience the cessation of desire, hatred, and delusion are realizing the unconditioned mind.

In the Ud 8.3 Sutta, the Buddha said: "There is, monks, an unborn, unbecome, unmade, unconditioned. If, monks there were not that unborn, unbecome, unmade, unconditioned, you could not know an escape here from the born, become, made, and conditioned. But because there is an unborn, unbecome, unmade, unconditioned, therefore you do know an escape from the born, become, made, and conditioned." (translated by Bhikkhu Anandajoti)

--- ---

VÔ VI

Diệu bản thênh thang rõ tự bày,
Gió hòa thổi dậy khắp ta-bà.
Người người nhận được vô vi lạc,
Nếu được vô vi mới là nhà.

CHÂN KHÔNG (1045 – 1100) – Bản dịch HT Thanh Từ.

GHI NHẬN: Trong Kinh Tạp A Hàm SA 890, Đức Phật nói rằng những ai tịch diệt được tham, sân và si là chứng ngộ được tâm vô vi.

Trong Kinh Phật Tự Thuyết Ud 8.3, Đức Phật nói: "Này các Tỷ-kheo, có sự không sanh, không hiện hữu, không bị làm, không hữu vi, này các Tỷ-kheo, nếu không có cái không sanh, không hiện hữu, không bị làm, không hữu vi, thì ở đây không thể trình bày sự xuất ly khỏi sanh, hiện hữu, bị làm, hữu vi. Vì rằng, này các Tỷ-kheo, có cái không sanh, không hiện hữu, không bị làm, không hữu vi, nên có trình bày sự xuất ly khỏi sanh, hiện hữu, bị làm, hữu vi." (bản dịch HT Thích Minh Châu)

--- ---

38

LIKE AN ECHO

Live yourself a simple life.
Only morality is your duty.
If you want to say the good words, just insistently tell others this sentence:
When you see there is no self and others, the dust stops blowing;
Day and night, up and down, there is no form to settle;
Like a reflection, like an echo, there is no trace to point out.

TRI (circa 10th or 11th century)

NOTE: All things are playing in your mind; however, when you look around, you still can not see the mind. You cannot say there is no mind, because you notice that thoughts arise and vanish. You cannot say there is something called mind because you see not a trace of it. Thoughts come and go just like illusions. Now try this: Keep silent for a day, or even one hour, and feel the environment around. You would feel that all the sounds you hear are not the normal sounds anymore;

you feel that they are all echoes in your mind.

--- ---

NHƯ VANG

Đạm bạc tự giữ
Chỉ đức là vụ.
Hoặc nói lời lành
Tha thiết một câu:
Lòng không bỉ ngã, Đã dứt bụi mù,
Ngày đêm lên xuống, Không hình khá trụ,
Như bóng như vang, Không vết khá đến.

Thiền Sư TRÍ (khoảng thế kỷ 10 hay 11) – Bản dịch HT Thanh Từ.

GHI NHẬN: Vạn pháp đang hiển lộng trong tâm bạn. Nhưng khi nhìn quanh, bạn không thể thấy được tâm. Bạn không thể nói không có tâm, vì bạn thấy có niệm sinh và diệt. Bạn không thể nói là có cái gì gọi là tâm, vì bạn không thấy chút vết tích nào của nó. Các niệm đến và đi y hệt như ảo ảnh. Bây giờ hãy thử thế này: Hãy tỉnh thức, giữ tịch lặng trong một ngày, hay ngay cả trong một giờ, và cảm nhận môi trường chung quanh. Bạn sẽ cảm thấy rằng tất cả các âm thanh bạn nghe sẽ không còn là các thanh âm thường nữa; bạn cảm nhận rằng chúng đều là các tiếng vang trong tâm bạn.

39

NOWHERE

All things return to emptiness; there is nowhere for things to lean on.

Serenely, True Thusness appears clearly before your eyes.
Realizing that the mind is perfect in nature, you see nowhere
to point it out.
Seen on the water and shown in your mind, the moon's
reflection ceases all your thoughts.

BAO GIAC (circa 12th century)

NOTE: All things are just like dreams, like echoes, like
mirages, but we are still trapped in this world and burdened
by suffering. Buddha said it was important to guard the mind
carefully, just like thatching a roof for the rain of passions
would not penetrate the house.

A koan says that after you climb up and reach the top of a
mountain, you have to climb more. Another koan says that
after you climb up and reach the top of a hundred-meter pole,
you have to move up one more step. That is to say that after
you learn skilfully many Buddhist scriptures, keep strictly the
precepts, meditate deeply on the path leading to wisdom and
enlightenment, you have to take one more step onto the
realization of emptiness.

In the MA 75 Sutra, the Buddha said that when a practitioner
practices observing and seeing that "there is not a trace of the
I or the mine in the time being; also, not such a trace in the
past and future." In that way, this practitioner gains
equanimity. **In case this practitioner enjoys, clings to and
remains in that equanimity, this person surely will not
attain Nirvana.**

Then the Buddha said that when a practitioner practices
observing and seeing that "there is not a trace of the I or the

mine in the time being; also, not such a trace in the past and future." In that way, this practitioner gains equanimity. In case this practitioner does not enjoy, cling to or remain in that equanimity, this person surely will attain Nirvana.

--- ---

KHÔNG MỘT NƠI

Muôn pháp về không không thể nương,
Chân như lặng lẽ hiện tỏ tường,
Thấu tột nguồn tâm không chỗ chỉ,
Nước tâm bóng nguyệt bặt nghĩ lường.

BẢO GIÁC (khoảng thế kỷ 12) -- Bản dịch HT Thanh Từ

GHI NHẬN: Cho dù rằng vạn pháp hệt như mơ, như âm vang, như quáng nắng, nhưng chúng ta vẫn bị kẹt trong thế giới này, và mang nặng khổ đau. Đức Phật nói, điều quan trọng là phải phòng hộ tâm cẩn trọng, hệt như lợp mái nhà để các trận mưa tham dục không không vào nhà được.

Một công án nói rằng sau khi bạn trèo lên, tới đỉnh ngọn núi, bạn phải trèo thêm nữa. Một công án khác nói rằng sau khi bạn trèo lên, tới chót đỉnh đầu sào trăm trượng, bạn phải bước thêm một bước. Đó là nói rằng sau khi bạn học nhuần nhuyễn nhiều kinh điển Phật giáo, giữ nghiêm túc các giới luật, thiền định thâm sâu trên đường tới trí tuệ và giác ngộ, bạn phải đi thêm một bước vào chứng ngộ tánh không.

Trong Kinh Trung A Hàm MA 75, trích bản dịch của Thầy Tuệ Sỹ, lời Đức Phật dạy:

"Này A-nan, Tỳ-kheo nào hành như vầy, 'Không có ta, không

có sở hữu của ta; ta sẽ không tồn tại, sở hữu của ta sẽ không tồn tại; những gì có trước kia,' hoàn toàn xả ly như vậy. Nhưng này A-nan, **nếu Tỳ-kheo ấy vui thích với sự xả ấy, đắm trước nơi sự xả ấy, an trú nơi xả ấy, Tỳ-kheo như thế chắc chắn không chứng đắc Niết-bàn**...

... "Này A-nan, Tỳ-kheo nào hành như vầy, 'Không có ta, không có sở hữu của ta; ta sẽ không tồn tại, sở hữu của ta sẽ không tồn tại; những gì có trước kia,' hoàn toàn xả ly như vậy. Và này A-nan, nếu Tỳ-kheo ấy không ưa thích với xả ấy, không đắm trước xả ấy, không an trú nơi xả ấy, thì này A-nan, Tỳ-kheo thực hành như thế, chắc chắn chứng đắc Niết-bàn..."

40

TAMING THE MUD OX

I am all alone taming the mud ox,
pulling its nose string, and keeping it on the path constantly.
Coming to Tao Khe, I will set the ox free.
Do you see that endless waves are traveling and rolling the round ball?

TUỆ TRUNG THƯỢNG SĨ (1230-1291)

NOTE: The ox is a symbol for the mind. When the mud ox runs into a river and dissolves away, all your thoughts vanish and the emptiness nature of the mind will be realized. How could you see that the mind is actually emptiness like a mirror, which reflects all the appearances and holds nothing? Zen gives you a tool called Hua Tou, which is a short question that makes you know that you don't know the answer. For instance, just think about this popular Hua Tou "Who am I?" You can not think about the answer, because you see that any thought or any feeling would be part of the so-called "I or me" is instantly changing; it arises and vanishes instantly. The Hua Tou will make you look at this question: before the thought arises, who am I? Thus, you don't know. Just live with the mind of "don't know" for a whole day or a whole week, or longer, then you will experience the emptiness of the so-called "I or me."

In the SN 22.95 Sutta, the Buddha said that you will experience the emptiness after you inspect, ponder, and examine any kind of "form, feeling, perception, volition, and consciousness in the past, future, or present."

--- ---

CHĂN TRÂU ĐẤT

Một con trâu đất, một mình chăn
Xỏ mũi lôi về chẳng khó khăn.
Đem đến Tào Khê buông thả quách
Mênh mông nước chảy đánh cầu tròn.

TUỆ TRUNG THƯỢNG SĨ (1230-1291) -- Bản dịch HT Thanh Từ.

GHI NHẬN: Con trâu là biểu tượng cho tâm. Khi con trâu đất chạy xuống sông và tan biến, tất cả các niệm của bạn biến mất, và tánh không của tâm sẽ được nhận ra. Làm sao bạn có thể thấy rằng tâm thực sự trống rỗng như gương, nơi phản chiếu tất cả hình tướng và không nắm giữ gì hết? Thiền cho bạn một công cụ gọi là Thoại Đầu, tức là một câu hỏi ngắn làm bạn không biết câu trả lời. Thí dụ, hãy suy nghĩ về câu Thoại Đầu phổ biến "Tôi là ai?" Bạn không thể suy nghĩ về câu trả lời, vì bạn thấy bất kỳ niệm hay thọ nào có thể là một phần của cái gọi là "Tôi (chủ thể) hay tôi (khách thể)" ngay tức khắc biến đổi liền; nói sinh và diệt tức khắc. Thoại Đầu này đưa bạn nhìn vào câu hỏi: trước khi niệm khởi, thì tôi là ai? Như thế, bạn không biết. Hãy sống với tâm "không biết" trong trọn ngày hay trọn tuần lễ, hay lâu hơn, rồi bạn sẽ kinh nghiệm tánh không của cái gọi là "Tôi (chủ thể) hay tôi (khách thể)."

Trong Kinh SN 22.95 Sutta, Đức Phật dạy rằng bạn sẽ kinh nghiệm cái Không sau khi bạn nhìn vào, nghiền ngẫm và khảo sát bất kỳ loại nào của "sắc, thọ, tưởng, hành và thức trong quá khứ, vị lai và hiện tại."

--- ---

PHẦN 5

41

BUTTERFLIES

With the spring coming back, butterflies and flowers meet
here.
Urged by timely passions, butterflies and flowers unite.
All butterflies and flowers, since infinite time, have been
illusions.
You should keep your mind unmoved, despite all the
butterflies and flowers.

GIAC HAI (circa 11th century)

NOTE: All passions tie us to this world, just like butterflies
hovering around flowers. You see a beautiful woman, have a
nice talk with her, and her lovely face might be imprinted in
your memory for decades. While you grow old, while you are
waiting to die in bed, her image in your memory is still young
and lovely though in real life she must be an old woman with
white hair and wrinkles. If you have a thought of clinging to
that young and lovely image, you have no way to break free
from this suffering realm. But you should not try to empty
that image from your mind. Don't try to empty anything from
your mind, because that is impossible and unsuitable. This is
because this image is empty in nature. Just realize the law of

dependent origination, just see the emptiness nature of all things – this is the best way to meditate. Open your eyes, and see it.

--- ---

BƯỚM

Xuân về hoa bướm gặp nhau đây,
Hoa bướm phải cần họp lúc này.
Hoa bướm xưa nay đều là huyễn,
Giữ tâm bền chặt bướm hoa thây.

GIÁC HẢI (Thế kỷ 11-12) – Bản dịch HT Thanh Từ

GHI NHẬN: Tất cả các say đắm buộc chúng ta vào thế giới này, y hệt như bướm lượn quanh hoa. Bạn gặp một thiếu nữ đẹp, nói chuyện vui đùa với nàng, và khuôn mặt dễ thương của nàng có thể đã in vào trí nhớ bạn trong nhiều thập niên về sau. Khi bạn già đi, trong khi bạn chờ chết trên giường bệnh, hình ảnh nàng trong trí nhớ bạn vẫn thơ trẻ và dễ thương cho dù trong đời thực, nàng hẳn phải là một bà cụ tóc bạc và da nhăn. Nếu bạn có một niệm chấp giữ lấy hình ảnh thơ trẻ và dễ thương đó, bạn không có cách nào giải thoát ra khỏi cõi đau khổ này. Nhưng bạn cũng đừng tìm cách xóa đi hình ảnh đó trong tâm bạn. Đừng tìm cách xóa đi bất cứ gì trong tâm bạn, bởi vì điều đó bất khả và không thích nghi. Và bởi vì hình ảnh đó trong bản chất lại là tánh không rỗng rang. Hãy nhận ra định luật duyên khởi, hãy nhìn thấy tánh không của vạn pháp – đó là cách thiền tập hay nhất. Hãy mở hai mắt bạn ra, và nhìn thấy nó.

--- ---

42

ECHO IN SKY

Like wind whistling through the cypress trees,
the underwater moon shines bright.
It has neither shadow nor shape.
Existence is just like that;
Emptiness, an echo in the sky.

MINH TRI (? – 1196)

NOTE: The moon is a symbol of the mind. While the moon shines bright and helps us see all things, the mind is not a thing you can point at; the mind has neither shadow nor shape. Existence is reflected in the mirror of the mind; its true nature is the emptiness. How can you realize the true nature of the mind? Can you hear the sound of a pebble hitting a tree? That sound is a finger pointing at the mind. Can you see a banner that is waving in the wind? Is the mind flapping in the wind?. Breathe in and out gently, be alert, and watch the mind.

In the SA 1136 Sutra, the Buddha said that you should live and behave as the moon, which comes and leaves in a subtle and humble manner of a newcomer; also, the Buddha put one of his hands in the air and said that his hand, like the moon in the air, was not tied and not clung to anything. The Buddha praised that Ven. Kassapa approached families in the villages like the moon in the air.

--- ---

TIẾNG VANG

Gió tùng, trăng nước sáng,
Không bóng cũng không hình.
Sắc tướng chỉ thế ấy,
Trong không tìm tiếng vang.

MINH TRÍ (? - 1196) – Bản dịch HT Thanh Từ

GHI NHẬN: Mặt trăng là biểu tượng của tâm. Trong khi mặt trăng chiếu sáng và giúp chúng ta thấy vạn pháp, nhưng tâm không phải là một vật bạn có thể chỉ vào; tâm không có cả bóng lẫn hình dạng. Hiện thể là tâm đang hiển lộng như gương; tánh thực của nó chính là tánh không. Làm sao bạn có thể chứng ngộ chân tánh? Bạn có thể nghe tiếng sỏi chạm vào gốc cây? Âm thanh đó chính là ngón tay đang chỉ vào tâm. Bạn có thể thấy một lá cờ đang bay trong gió? Có phải tâm đang phất phới đó? Hãy hít thở dịu dàng, hãy tỉnh táo, và hãy nhìn tâm.

Trong Tạp A Hàm SA 1136 (Kinh Nguyệt Dụ), Đức Phật nói rằng chúng ta nên sống và xử thế như mặt trăng, tới và đi trong cách khẽ khàng và khiêm tốn như người mới học; thêm nữa, Đức Phật đưa một tay lên không, và nói bàn tay của ngài, như mặt trăng trên không, không bị trói buộc và không bị dính vào bất cứ gì. Đức Phật ca ngợi ngài Ca Diếp đã vào thăm các gia đình trong làng y hệt như mặt trăng trên không.

--- ---

43

IN FRONT OF YOUR EYES

The Way is formless,
in front of your eyes, not far away.

Reflect on yourself, and find the Way;
don't look elsewhere.
Even if prayers could produce results,
they would be fictitious.
If [you think] you are given the truth,
then ask yourself which thing is that truth.
Thus the Buddhas of three periods,
and the Patriarchs of successive generations,
transmitted the seal of truth via mind ---
all saying the same.

NGUYEN HOC (? – 1174)

NOTE: Buddha said the mind created these worlds; also, Buddha urged the hearers to practice the four foundations of mindfulness to liberate themselves. The Patriarchs said the Way is formless, and therefore pathless; also, the Patriarchs urged the Zen practitioners to realize the mind essence to liberate themselves. What is the difference? Another way to put that question: What is the difference between being mindful of body, feelings, mind, and dharmas, and being mindful of the mind essence? We can answer like this: after realizing the mind essence, you see all things being manifested via the mind; in other words, you see the mind-seal on all things. Also, in other words, being mindful of body, feelings, mind, and dharmas exactly is being mindful of the revealing mind.

In the SN 22.81 Sutta, a question was raised by some monastics, "How should one know, how should one see, for the immediate destruction of the taints to occur?" (As translated by Bhikkhu Bodhi). The question is translated by

Thanissaro Bhikkhu as, "Now I wonder — knowing in what way, seeing in what way, does one without delay put an end to the effluents?" This sutta has a similar discourse in the SA 57 Sutra, which was translated by Tuệ Sĩ and Thích Đức Thắng as "Tạp A Hàm, SA 57, Kinh Tật Lậu Tận."

The Buddha replied that he already taught the four establishments of mindfulness and many other tools of meditation. Then the Buddha gave a new discourse to answer a new question raised by some monks about how to immediately destroy fetters. The SN 22.81 Sutta and the SA 57 Sutra say that if you want to immediately destroy fetters, just discern that all things are impermanent, conditioned and dependently arisen. When you see that all things are impermanent, you experience that all things are unreal and that nothing could be grasped. When you see that all things are conditioned, you experience that all things are unreal and that Nirvana must be unconditioned and unmade. When you see that all things have dependently arisen, you experience that all things are unreal and that you and the world are actually non-self.

--- ---

TRƯỚC MẮT

Đạo không hình tướng,
Trước mắt chẳng xa,
Xoay lại tìm kiếm,
Chớ cầu nơi khác.
Dù cho cầu được,
Được tức chẳng chân.
Ví có được chân,

Chân ấy vật gì?
Vì thế,
Chư Phật ba đời,
Lịch đại Tổ sư,
Ấn thọ tâm truyền,
Cũng nói như thế.

NGUYỆN HỌC (? - 1174) – Bản dịch HT Thanh Từ

GHI NHẬN: Phật nói, tâm đã hình thành ra thế giới; Phật thúc giục thính chúng tu tập tứ niệm xứ để tự giải thóat. Các Tổ nói, Đạo là vô tướng, và do vậy không lối để đi; rồi chư Tổ thúc giục thiền gia hãy chứng ngộ tự tánh của tâm để tự giải thóat. Cái gì là dị biệt giữa lời dạy của Phật và chư Tổ? Hỏi một cách khác: Cái gì là dị biệt giữa pháp niệm thân thọ tâm pháp và pháp niệm tự tánh của tâm? Chúng ta có thể trả lời thế này: sau khi Thấy Tánh, bạn thấy vạn pháp là tâm hiển lộng; nói cách khác, bạn thấy tâm ấn trên vạn pháp. Và nói cách khác, một cách chính xác, niệm thân thọ tâm pháp là chánh niệm về tâm đang hiển lộng.

Trong Kinh Tương Ưng SN 22.81, một số tỳ khưu hỏi Đức Phật, "Làm sao có thể biết, có thể thấy để tức khắc đoạn tận lậu hoặc và giải thoát. Tương tự là Tạng A Hàm có một kinh do hai Thầy Tuệ Sỹ và Thích Đức Thắng dịch là "Tạp A Hàm, SA 57, Kinh Tật Lậu Tận."

Đức Phật trả lời rằng ngài đã từng dạy Tứ Niệm Xứ và nhiều phương tiện thiền tập khác. Rồi Đức Phật giảng một kinh mới để trả lời câu hỏi mới về cách tức khắc đoạn tận lậu hoặc. Hai Kinh SN 22.81 Sutta và SA 57 Sutra nói rằng nếu bạn muốn tức khắc đoạn tận lậu hoặc, hãy nhìn thấy tất cả pháp là vô thường, hữu vi và duyên khởi. Khi thấy tất cả là vô thường, bạn kinh nghiệm rằng vạn pháp là như huyễn và rằng không gì có thể nắm giữ. Khi thấy tất cả là hữu vi, bạn kinh nghiệm rằng vạn pháp là như huyễn và rằng Niết Bàn phải là vô vi và vô tác. Khi thấy tất cả là duyên khởi, bạn kinh nghiệm rằng vạn pháp là như huyễn và rằng bạn và thế gới là vô ngã.

--- ---

44

CESSATION

After arising from the cessation state, you can discuss the cessation.
After attaining the unborn state, you can speak about the unborn.
Being a human being, you should have a firm resolve as high as the sky;
Don't step on the old footprints of the Buddha.

QUANG NGHIEM (1121 – 1190)

NOTE: Don't step on the old footprints of Buddha? Why? Do we need to burn the scriptures, chop up the statues, and run away from the temples? No, Zen Master Quang Nghiem did not mean that. He just asked his students that they must practice hard, step into the land of cessation, and fade into the unborn state before expounding the Way. That means you have to walk and have your own footprints. Buddha pointed out the Way, and we have to do the walking. Buddha used the simile of a cowherd counting the cows of others for those who recited the Sacred Texts and did not meditate to attain freedom from samsara. Also, Buddha said, "Be a light unto yourself."

A question should be raised: how could Zen have a trail of footprints for you to follow? Zen is the way of the gateless gate. Zen is a traceless flight of a bird in the sky. Zen meditation is practiced in a quiet and subtle way by those who can read the wordless sutras and see the unborn mind where you can not cling to any word or any thought. How could you hear the soundless sound? Zen masters say that the soundless sound does not differ from any perceptible sound; Just like the water does not differ from any bubble or any wave. And Nirvana does not differ from suffering. A koan says that when the wind blows away all the dried leaves, the dried tree branches can be seen in the autumn. All the dried leaves are all your thoughts, ideas, opinions and images that you have put on the tree branches; thus, the unborn mind could be seen after all your thoughts, ideas, opinions, and images that you have put on your whole body and mind are let go.

--- ---

TỊCH DIỆT

Lìa tịch mới bàn câu tịch diệt,
Được vô sanh, sau nói vô sanh.
Làm trai có chí xông trời thẳm,
Chớ giẫm Như Lai vết đã qua.

QUẢNG NGHIÊM (1121 - 1190)– Bản dịch HT Thanh Từ

GHI NHẬN: Đừng giẫm lên dấu chân xưa của Phật? Tại sao? Chúng ta cần phải đốt kinh, chẻ tượng, và chạy ra khỏi chùa? Không, Thiền Sư Quảng Nghiêm không nói thế. Ngài chỉ yêu cầu học trò ngài là phải tu tập nghiêm túc, đặt chân vào cõi đất không tịch, và thâm nhập cõi vô sinh trước khi truyền giảng Thiền Tông. Nghĩa là, bạn phải bước đi và có dấu chân riêng của bạn. Đức Phật chỉ ra Đường Đi, và bạn phải đi lấy. Đức Phật đã dùng ẩn dụ về một người chăn bò lo đếm bò người khác chỉ cho người tụng kinh mà không chịu thiền định để thoát khỏi sinh tử luân hồi. Thêm nữa, Đức Phật nói, "Hãy tự thắp đuốc mà đi."

Một câu hỏi nên nêu lên: làm sao Thiền Tông có thể có đường mòn dấu chân cho bạn đi theo? Thiền là pháp của vào cửa không cửa. Thiền là chuyến bay không dấu vết của một con chim trên bầu trời. Thiền Tông được tu tập trong một cách lặng lẽ và vi tế bởi những người có thể đọc kinh không chữ và có thể thấy tâm vô sinh, nơi bạn không thể bấu víu vào bất kỳ chữ hay niệm nào. Làm sao bạn có thể nghe được một âm thanh vô thanh? Các Thiền sư nói rằng âm thanh vô thanh không khác gì âm thanh có thể âm vang; y hệt như nước không khác với sóng hay bọt nước. Và Niết bàn không khác gì với khổ não. Một công án nói rằng khi gió thổi bay tất cả lá khô, và cành không sẽ được nhìn thấy trong mùa thu. Tất cả lá khô là tất cả các niệm, ý tưởng, ý kiến và hình ảnh bạn dán nhãn lên các cành khô; do vậy, tâm vô sinh có thể thấy được sau khi tất cả các niệm, ý tưởng, ý kiến và hình ảnh bạn dán nhãn lên toàn thân tâm của bạn được buông bỏ hết.

--- ---

45

THE THUS COME ONE

Being on earth, having human body,

you have in your mind the Tathagata-Store
which shines in all places.
Searching for the mind, however, you will see only the
emptiness.

THƯỜNG CHIẾU (? - 1203)

NOTE: You have something in your mind? Even if you think you have something called the Tathagata-Store in your mind, please drop all you have. Gently drop the mind, and observe the unborn mind. Sit down, gently breathe in and out; even if you think you have something called the unborn mind, just drop all you have.

Layman Pang (740–808), a famous Chinese layperson in the Zen tradition, composed a verse as a presentation of his understanding of the Way: "From ten directions they come here. Everyone studies the unconditioned dharma. This is the place to select the Buddhas. Only those who have the mind of emptiness pass the examination."

Baizhang Huaihai (720-814), one of the most famous Zen masters in China, said: "When you live with the mind of emptiness, the sun of wisdom shines naturally."

--- ---

NHƯ LAI

Ở đời làm thân người,
Nơi tâm Như Lai tạng.
Chiếu soi cùng khắp nơi,
Tìm đó lại càng rỗng.

THƯỜNG CHIẾU (? - 1203) - Bản dịch HT Thanh Từ

GHI NHẬN: Bạn có những thứ gì đó trong tâm bạn? Ngay cả bạn nghĩ rằng bạn có gì đó gọi là Như Lai Tạng trong tâm, xin làm ơn buông bỏ hết tất cả những gì bạn có. Hãy dịu dàng buông bỏ tâm đi, và hãy quán sát tâm vô sanh. Hãy ngồi xuống, hãy dịu dàng thở vào và ra; ngay cả nếu bạn nghĩ là bạn có cái gì gọi là tâm vô sanh, hãy buông bỏ mọi thứ bạn có.

Cư sĩ Bàng Uẩn (740–808), một vị cư sĩ Trung Hoa nổi tiếng trong nhà Thiền, làm một bài kệ để trình hiểu biết của ông về Thiền Tông: "Từ mười phương, cùng về tụ hội. Từng người một học về pháp vô vi. Đây là nơi tuyển các vị Phật. Hễ ai có tâm không thì sẽ đậu qua kỳ thi."

Bách Trượng Hoài Hải (720-814), một trong các Thiền sư nổi tiếng nhất tại Trung Hoa, nói: "Khi sống được với tâm không, mặt trời trí tuệ sẽ tự chiếu."

--- ---

46

DHARMA OF EQUALITY

You should know that the Buddha attains the omniscient wisdom, examines all the meanings, has no doubts about the dharma of equality, lives the mind of emptiness and formless, passes beyond all measures and boundaries, stays away from the two sides, dwells in the middle way, surpasses all the words, and neither moves nor stops.

Y SƠN (? - 1213)

NOTE: Decades ago, I asked my root master Tich Chieu about the precepts for Zen practitioners. This old monk replied that only one precept needed to be kept in mind: see the equality of all things. How could you see all things actually are in the state of equality? All the bubbles and waves, big or small, are equal in the wetness of water. All the appearances, pretty or ugly, are equal in the brightness of the mirror. All things are equal in their characteristics of impermanence, non-self, emptiness, and dependently arisen. The Sn 4.5 Sutta (Paramatthaka Sutta) says that you should not compare yourself or anybody with others, and never see someone as superior or equal to others. Why? Because all things are non-self and have the same taste of emptiness.

--- ---

BÌNH ĐẲNG

Các ngươi nên biết, Như Lai thành đẳng Chánh Giác, đối tất cả nghĩa không còn chỗ nào quán sát, đối với pháp bình đẳng không có nghi hoặc, không tâm không tướng, không đi không dừng, không lường không ngằn, xa lìa hai bên, trụ ở trung đạo, vượt ngoài tất cả văn tự.

Y SƠN (? - 1213) - Bản dịch HT Thanh Từ

GHI NHẬN: Nhiều thập niên về trước, tôi hỏi bổn sư của tôi là Thầy Tịch Chiếu về giới luật của Thiền gia. Vị sư già này trả lời rằng chỉ có một giới cần giữ trong tâm: hãy thấy tánh bình đẳng của vạn pháp. Làm sao có thể thấy vạn pháp bình đẳng? Tất cả bọt nước và sóng, dù lớn hay nhỏ, đều bình đẳng trong tánh ướt của nước. Tất cả hiện tướng, dù đẹp hay xấu, đều bình đẳng trong tánh sáng của gương. Vạn pháp bình đẳng trong đặc tính vô thường, vô ngã, rỗng không, và duyên khởi. Kinh Sn 4.5 Sutta (Paramatthaka Sutta) nói rằng bạn không nên so sánh bạn hay bất kỳ ai với những người khác, và chớ bao giờ nhìn ai đó như là ưu thắng hơn hay bằng ngang với kẻ khác. Tại sao? Bởi vì vạn pháp là vô ngã và đều có cùng một vị là tánh không.

--- ---

47

THE WAY OF PATRIARCHS

Clinging to existence and nonexistence only wastes your efforts.
Buddhist learners should ask for the best – the Way of Patriarchs.
It's really hard if you search for the mind outwardly;
Planting a cinnamon tree cannot make it become a cypress tree.
The tip of a hair contains the whole universe;
A grain of rice, the sun and moon.
When the great usefulness unveils itself, simply hold it firmly in your hands.
Who would distinguish anymore
between the holy and the unholy,
between the west and the east?

KHANH HY (1066 – 1142)

NOTE: How can the tip of a hair contain the whole universe? How can a grain of rice contain the sun and the moon? Just close your eyes and then open again. How can the whole sky fit into your eyes? Did you dream last night? How can all the universe fit into your dream, an illusion playing in your mind? Do you recall the story of "not the flag moving, not the wind moving, just the mind moving"? How can all things fit into your mind? And how can your mind carry all these huge boulders? Too heavy. But feel it. Look at it. Buddha said that you are what you think, that your mind makes this world. Look at the boulders, and see you are the boulders you see. In this realization, all things are equal. What is the world? Is that the eye and the seen? Is that the ear and the heard? And so on. Did Buddha say so in SN 35.23 Sutta?

--- ---

TỔ SƯ THIỀN

Uổng công thôi hỏi sắc cùng không,
Học đạo gì hơn phỏng Tổ tông.
Ngoài trời tìm tâm thật khó thấy,
Thế gian trồng quế đâu thành tòng.
Đầu lông trùm cả càn khôn thảy,
Hạt cải bao gồm nhật nguyệt trong.
Đại dụng hiện tiền tay nắm vững,
Ai phân phàm thánh với tây đông.

KHÁNH HỶ (1066 – 1142) – Bản dịch HT Thanh Từ.

GHI NHẬN: Chữ gốc là hạt cải, nhưng nơi đây dịch là hạt gạo cho dễ hiểu vì rất nhiều em thiếu niên chưa thấy hạt cải bao giờ. Làm sao đầu một sợi tóc có thể chứa cả vũ trụ? Làm sao một hạt gạo có thể chứa cả mặt trời và mặt trăng? Hãy nhắm mắt lại, và rồi mở ra lại. Làm sao cả bầu trời chứa vừa vặn trong mắt của bạn? Bạn có mơ đêm qua không? Làm sao cả vũ trụ chứa vừa trong giấc mơ của bạn, một hư ảo hiển lộng trong tâm bạn? Bạn có nhớ câu chuyện "không phải phướn động, không phải gió động, chỉ là tâm động" không? Làm sao vạn pháp chứa vừa trong tâm bạn? Và làm sao tâm bạn mang tất cả các đá tảng không lồ? Quá nặng chứ. Nhưng hãy cảm nhận nó. Hãy nhìn vào nó. Đức Phật nói rằng bạn là những gì bạn suy nghĩ, rằng tâm bạn hình thành thế giới này. Hãy nhìn vào các đá tảng, và hãy thấy bạn là các đá tảng bạn thấy. Trong chứng ngộ này, vạn pháp bình đẳng. Thế giới là gì? Có phải là mắt và cái được thấy? Có phải là tai và cái được nghe? Và vân vân. Có phải Đức Phật nói như thế trong Kinh SN 35.23?

--- ---

48

ILLUSIONS

All things in this world are illusions.
Meditating in this world is also an illusion.
Don't cling to both kinds of illusions; thus you destroy all illusions.

HIEN QUANG (? – 1221)

NOTE: Everything is like a dream, a mirage, an echo, an illusion. Buddha said so. Then why do we have to meditate? Because we have to wake up from this dream. We should not stay longer in this suffering world. We have to cross the samsara river to reach the nirvana shore. Meditation is like crossing the river; however, if we think meditation is something ultimately real, then we still get stuck in the dream. So, meditating is just like an ox that is made out of mud crossing a river. The more you meditate, the faster the ox vanishes. See that for yourself.

The SN 22.95 Sutta says that form is like a lump of foam; feeling, a water bubble; perception, a mirage; volitions, a plantain trunk; and consciousness, an illusion. When you feel the river of impermanence is constantly flowing through your whole body and mind, you discern all things are just illusions.

A famous phrase from the Diamond Sutra is often quoted as that you can not catch the mind of the past, the future, and the present. One day, a Zen master was invited to teach a chapter from the Diamond Sutra. He took his seat on the platform, kept silent in a few moments, then slapped loudly on the table, and said: "The lesson is done. That is enough for today." What should we think now? Did the Zen master want to teach that all the images we see and all the sounds we hear are instantly gone like illusions?

--- ---

HUYỄN

Pháp huyễn đều là huyễn,
Tu huyễn đều là huyễn,
Hai huyễn đều chẳng nhận,
Tức là trừ các huyễn.

HIỆN QUANG (? - 1221) – Bản dịch HT Thanh Từ

GHI NHẬN: Vạn pháp đều như mơ, như quáng nắng, như vang, như huyễn. Đức Phật nói như thế. Vậy, tại sao chúng ta phải thiền định? Bởi vì chúng ta phảI tỉnh thức ra khỏi giấc mơ này. Chúng ta không nên ở lâu hơn trong thế giới đau khổ. Chúng ta phải vượt dòng sông sinh tử để tới bờ Niết Bàn. Thiền định cũng hệt như vượt sông; tuy nhiên, nếu chúng ta nghĩ rằng Thiền là cái gì thực sự là thực, thì chúng ta sẽ vẫn kẹt trong giấc mơ này. Do vậy, hãy tu thiền như một con trâu vượt sông, mà trâu này làm bằng bùn. Bạn càng thiền định, thì con trâu càng tan biến nhanh hơn. Hãy tự chứng ngộ như thế.

Kinh SN 22.95 Sutta ghi rằng sắc chỉ như một dúm bọt sóng; thọ như bọt nước; tưởng như quáng nắng, hành như thân cây chuối; và thức như huyễn ảo. Khi bạn cảm thọ dòng sông vô thường liên tục chảy xuyên toàn thân tâm bạn, bạn nhận ra tất cả chỉ là huyễn ảo.

Một câu nổi tiếng trong Kinh Kim Cương thường được dẫn ra rằng bạn không thể nắm bắt tâm của quá khứ, hiện tại và vị lai. Một hôm, một Thiền sư được mời dạy một chương trong Kinh Kim Cương. Thầy vào chỗ ngồi ghế giảng sư, im lặng vài khoảnh khắc, rồi vỗ bàn lớn một tiếng, nói: "Bài học xong rồi. Vậy là đủ cho hôm nay." Chúng ta nên nghĩ gì bây giờ? Có phải Thiền sư này muốn dạy rằng tất cả hình ảnh chúng ta thấy và tất cả âm thanh chúng ta nghe đã tức khắc biến đi như huyễn ảo?

--- ---

49

DAISIES

Clinging to nothing, forgetting body and life,
I sat quietly so long that the cold chill spread over the bed.

As years passed by in mountain, without a calendar,
I saw daisies blooming and knew autumn coming.

HUYEN QUANG (1254 – 1334)

NOTE: Buddha urged us to cling to nothing. That means we should not cling to anything, even to the scriptures or the Zen masters; Clinging to anything means clinging to a form of self-grasping. How can we cling to nothing? We live in this world, have in blood the three poisons, and always cling to something. We are taught from childhood to take pride in our glorious nation, in our blessed religion, in our famous Zen masters, in being successful, and so on.

We are proud of something in the past, of the trophy we won yesterday, of the beautiful poems we wrote last year, and of the sweet memories we had with those we loved. We are also resentful of something in the past, of the childhood poverty we lived in, of the criticism unfairly against us, and of the bitter memories we had when our loved ones leaving. We also desire for something in the future, for the fame or the glory. We live here now, but our thoughts wander in a dream after a dream towards an exciting future. And we are scared of some future unknown, uncertain.

Also, living in this world, we have to practically think of the future, have to write a book of prayers for someone we love, have to chant the sutras with our children daily to nurture their spiritual future, and so on. We have to plan, have to think of the future, or have to save money to buy a car next month. We must plan something for the future, but we should not cling to anything in the future. Just be mindfully serene and awake. And see all things vanish in the river of impermanence.

--- ---

CÚC HOA

Bằng quên thân thế chẳng hề vương
Lặng lẽ ngồi lâu lạnh thấu giường
Năm hết trong non không sẵn lịch
Nhìn xem cúc nở biết trùng dương

HUYỀN QUANG (1254 - 1334) – Bản dịch HT Thanh Từ

GHI NHẬN: Đức Phật dạy chúng ta giữ tâm vô sở trụ. Nghĩa là chúng ta đừng dính mắc vào bất cứ gì, cho dù là kinh điển hay các vị Thiền Sư; Còn như, dính mắc vào bất cứ gì, có nghĩa là dính mắc vào một hình thức ngã chấp. Làm sao chúng ta có thể không dính mắc vào bất cứ gì? Chúng ta sống trong thế gian này, mang tam độc sẵn trong máu, và luôn luôn dính mắc vào những gì đó. Chúng ta được dạy từ thơ ấu là hãy tự hào về đất nước vinh quang của mình, về tôn giáo ân sủng của mình, về các Thiền Sư nổi tiếng của chúng ta, về thành công, và vân vân…

Chúng ta tự hào về những chuyện gì đó trong quá khứ, về các giải thưởng thắng được hôm qua, về các bài thơ hay chúng ta viết năm ngóai, và về kỷ niệm ngọt ngào chúng ta đã có với những người chúng ta yêu thương. Chúng ta cũng bực bội về nhiêu chuyện quá khứ, về tuổi trẻ nghèo khó mà chúng ta trải qua, về các lời chỉ trích bất công nhắm vào chúng ta, và về các kỷ niệm cay đắng khi những người chúng ta yêu thương rời bỏ ra đi. Chúng ta cũng thèm muôn có những gì đó trong tương lai, muốn nổi tiếng hay vinh quang. Chúng ta sống nơi đây bây giờ, nhưng các niệm trong tâm chúng ta cứ lang thang từ giấc mơ này sang giấc mơ kia, về hướng một tương lai hào hứng. Và chúng ta sợ hãi những tương lai chưa rõ, bất định.

Thêm nữa, sống trong thế gian này, chúng ta phải thực dụng nghĩ về tương lai, phải viết một cuốn sách các bài kinh để cầu nguyện cho ngườI mà chúng ta yêu thương, phải tụng kinh với các con chúng ta hàng ngày để vun trồng tương lai tâm linh của chúng, và vân vân. Chúng ta phải định kế họach, phải nghĩ về tương lai, hay phải để giành tiền để mua một chiếc xe vào tháng tới. Chúng ta phải hoạch định cho tương lai, nhưng nhớ đừng có dính mắc vào bất cứ gì trong tương lai. Hãy bình lặng, tỉnh thức. Và thấy vạn pháp biến mất trong dòng sông vô thường.

--- ---

50

MIND ONLY

Realizing that the mind is void, and the scene is in stillness, you will go beyond the holy and unholy.
If your thought clings to scenes, the sensation will arise, and ten thousand fetters will come to tie you up.
The heavenly beings, human beings and all phenomena are ultimately in this mind.
The 'I' and the others are just one – originally, the mind only.

THONG VINH (circa 19th century)

NOTE: The scene is in stillness? How can we know and experience that the scene is quiet, silent, soundless, and tranquil? The world always has some noise. Listen to your mind; you will hear that the mind always makes some noise.

Many decades ago, I asked the Zen Master Tich Chieu, "Why does the Shurangama Sutra says that the existence of all phenomena is the mind's nature and that the mind's nature is the existence of all phenomena?" The Zen master replied, "All the waves are water."

In SN 35.23 Sutta, the Buddha said: "Mendicants, I will teach you the all. Listen… And what is the all? It's just the eye and sights, the ear and sounds, the nose and smells, the tongue and tastes, the body and touches, and the mind and thoughts. This is called the all." (Translated by Bhikkhu Sujato)

--- ---

DUY CÓ TÂM THÔI

Tâm không cảnh lặng vượt thánh siêu phàm
Ý nhiễm tình sanh muôn mối trói buộc
Trời người các pháp trọn tại trong đây
Ta người một thể gốc chỉ là tâm.

THÔNG VINH – 19 th century – Bản dịch HT Thanh Từ

GHI NHẬN: Cảnh vắng lặng? Làm sao chúng ta có thể biết và kinh nghiệm rằng các cảnh vẫn đang vắng lặng, im lặng, vô thanh, và tịch mịch? Thế giới luôn luôn có vài tiếng động. Hãy lắng nghe tâm của bạn; bạn có thể nghe rằng tâm luôn luôn gây ra vài tiếng động.

Nhiều thập niên trước, tôi hỏi Thiền Sư Tịch Chiếu, "Tại sao Kinh Lăng Nghiêm nói rằng toàn tướng tức tánh, và rằng toàn tánh tức tướng? Thiền Sư trả lời, "Toàn sóng tức nước."

Trong Kinh SN 35.23 Sutta, Đức Phật nói: "Chư tăng, ta sẽ dạy các ngươi về cái Tất Cả. Hãy lắng nghe... Cái gì là tất cả? Đó là mắt và cái được thấy, tai và các được nghe, mũi và cái được ngửi, lưỡi và cái được nếm, thâm và cái được chạm xúc, tâm và cái được nghĩ ngợi tư lường. Như thế gọi là Tất Cả."

--- ---

PHẦN 6

51

THE NATURE OF THE MIND

That spot is empty; its nature is originally emptiness.
Such are all things; all have the nature of emptiness.
Beyond the sky and earth, so vast is the universe.
Though shining countless worlds, so serene is the cold light.
It neither increases at the enlightened, nor decreases at the
unenlightened.
It appears square or round in receptacles at ease.
When the water is still, the moon appears in thousands of
rivers.
As the flower blossoms, the whole universe glows red.

CHÂN NGUYÊN (1647 - 1726)

NOTE: If someone asks you about the afterlife, what should
you do? Just ring a bell, and ask where the sound has gone. It
doesn't mean that there is nowhere or somewhere for the
sound dwelling. It means that all phenomena are just the one
mind. The Buddha says Nirvana is the extinction of desire,
hatred, and delusion. If we don't understand the working of
the mind, we can not extinguish the fire of desire, hatred, and
delusion.

In the AN 4.24 Sutta, the Buddha said that you should have the mind of Suchness; that means that your mind is just like a clear and bright mirror that reflects all things without any interference.

The Buddha said in the AN 4.24 Sutta:

"Thus, monks, the Tathāgata, when seeing what is to be seen, doesn't suppose an (object as) seen. He doesn't suppose an unseen. He doesn't suppose an (object) to-be-seen. He doesn't suppose a seer.

"When hearing....

"When sensing....

"When cognizing what is to be cognized, he doesn't suppose an (object as) cognized. He doesn't suppose an uncognized. He doesn't suppose an (object) to-be-cognized. He doesn't suppose a cognizer.

Thus, monks, the Tathāgata—being the same with regard to all phenomena that can be seen, heard, sensed, & cognized—is 'Such.' And I tell you: There is no other 'Such' higher or more sublime." (Translated by Thanissaro Bhikkhu)

So many Vietnamese Zen masters emphasized how to live with the mind of Suchness. The Zen master Thích Phước Hậu (1866 - 1949) made this poem: "The scriptures have 84,000 sutras. I learned and practiced them all, not less and not more. Now I forget completely all of them, except for the word Suchness on my head."

--- ---

KIẾN TÁNH

Một điểm rỗng rang thể vốn không,
Muôn điều tạo hóa ấy cơ đồng.
Bao la thế giới ngoài trời đất,
Lặng ánh hàn quang cõi cõi trong.
Ở Thánh chẳng thêm phàm chẳng bớt,
Vuông tròn tùy món mặc dung thông.
Nghìn sông nước lắng trăng in bóng,
Hoa nở khắp nơi rực sắc hồng.

CHÂN NGUYÊN (1647 - 1726) - Bản dịch HT Thanh Từ

GHI NHẬN: Nếu có ai hỏi bạn về cõi hậu tử, bạn nên làm gì? Hãy gõ một tiếng chuông, và yêu cầu người kia chỉ ra nơi đâu tiếng chuông đi. Như thế không có nghĩa là không có nơi nào hay có nơi nào để tiếng chuông an trụ. Nó có nghĩa là vạn pháp chỉ là một tâm. Đức Phật nói Niết Bàn là khi chấm dứt tham, sân và si. Nếu chúng ta không hiểu vận hành của tâm, chúng ta không thể dập tắt lửa của tham, sân và si.

Trong Kinh AN 4.24, Đức Phật nói rằng bạn nên giữ Tâm Như Thị; nghĩa là tâm bạn y hệt như gương sáng và trong, phản chiếu tất cả mà không can thiệp gì.

Đức Phật nói trong Kinh AN 4.24 Sutta:

"Như thế, chư tăng, Như Lai, khi thấy cái được thấy, không cho là có một (vật gì như) được thấy. Cũng không cho là có cái không được thấy. Cũng không cho là có một (vật gì như) sẽ được thấy. Cũng không cho là có ai đang thấy.

"Khi nghe... (tương tự)...

"Khi cảm thọ... (tương tự)...

"Khi nhận biết cái được nhận biết, không cho là có một (vật gì như) được nhận biết. Cũng không cho là có cái không được nhận biết. Cũng không cho là có một (vật gì như) sẽ được nhận biết. Cũng không cho là có ai đang nhận biết."

Nhiều Thiền sư Việt Nam nhấn mạnh về cách sống với tâm Như Thị. Thiền sư Thích Phước Hậu (1866 - 1949) đã làm bài thơ: "Kinh điển lưu truyền tám vạn tư. Học hành không thiếu cũng không dư. Đến nay tính lại đà quên hết, chỉ nhớ trên đầu một chữ Như."

--- ---

52

THE BUDDHAS WITHIN

When your unreal body stands in front of a mirror, you see that it and its image shown in the mirror look alike. It's impossible if you want to accept the body and reject the image, because the body is also unreal. The body originally is not different from the image; you could not accept one and reject the other. While you want to accept one and reject the other, you are very far away from the truth. Also, while you like the holy and dislike the unholy, you are bobbing up and down in the sea of birth and death. Similarly, when affliction appears in your mind, blissfulness can not be found anywhere. If you don't discriminate against any appearance, you will enter the Way quickly.

Buddhas of the three times are in your body. Covered by external phenomena, and blurred by habit, you delude yourself. When your mind has no thought, you are all the Buddhas of the past. When your action comes from serenity, you are all the Buddhas of the future. When you respond to circumstances naturally, you are all the Buddhas of the present. When your mind is pure and does not cling to the six fields of the senses, you are the Apart From Defilement Buddha. When you come and leave freely, you are the Supernatural Power Buddha. When you are peaceful and happy in any place, you are the Unconstrained Buddha. When your mind is pure and luminous, you are the Shining Light Buddha. When your mind is firmly trained in dharma, you are the Indestructible Buddha. Just one true nature, but you manifest in countless forms.

HƯƠNG HẢI (1628 - 1715)

NOTE: Decades ago, I asked my root master, the Zen Master Tich Chieu, "Should I recite the name of the Buddha every day?" My master replied, "You only recite the name of the Buddha correctly if your hands also recite the name of the Buddha -- and so do your feet."

And now, this below poem I composed many years ago as offering to the Buddhas.

CHANTING THE BUDDHA'S NAME

Namo Amitabha Buddha
Namo Amitabha Buddha
Namo Amitabha Buddha

I vow to take refuge in the Buddha,
in the Dharma, and in the Sangha

of the three periods of time
My past misdeeds I now repent
My new virtue I do my best
I chant with my whole body and mind
Namo Amitabha Buddha

Chanting the Buddha's name I vow to take rebirth
as words written in Buddhist scriptures
as rains to bless the rice fields
as a dharma boat to carry humans
to cross the river of suffering
Namo Amitabha Buddha

I chant the Buddha's name with my hands that raise the fallen
and help them cross the river
I chant the Buddha's name with my feet that walk thousands
of miles and lead the lost ones home
I chant the Buddha's name with my words that become
poems and awaken humans
I chant the Buddha's name with my whole body and mind
that lives fully with compassion and helps countless humans.

Chanting the Buddha's name with my whole body and mind,
I see the Buddha appear in my shining mind
Looking at the mind, you will see Buddha
Look at Buddha, you will see the mind
Watching your mind, you will see the shore of Nirvana
Namo Amitabha Buddha

Gently chant the Buddha's name
See every word arise and vanish
See every thought come and go clearly
The pure land becomes your whole body, and your mind

becomes the boundless light
Namo Amitabha Buddha.

--- ---

CHƯ PHẬT TRONG TA

Vọng thân tới gương soi bóng, bóng với vọng thân giống nhau. Chỉ muốn để thân bỏ bóng, thì thân có thực đâu nào ! Thân vốn không khác gì bóng, một không, một có được sao ? Nếu muốn lấy một, bỏ một, hằng cùng chân lý cách xa. Lại mến Thánh ghét phàm, nổi chìm trong biển sanh tử. Phiền não nhân tâm nên có, tâm không phiền não ở đâu? Chẳng nhọc phân biệt lấy tướng, tự nhiên được đạo chóng mau.

Ba đời chư Phật đều ở trong thân ta, chỉ vì tập khí làm mờ ám, ngoại cảnh làm ngăn trở, khiến ta tự mê đi. Nếu trong lòng ta được vô tâm là Phật quá khứ. Trong lặng lẽ mà khởi tác dụng là Phật vị lai. Tùy cơ ứng vật là Phật hiện tại. Ta thanh tịnh không nhiễm ô lục trần là Phật Ly Cấu. Ta ra vào không gì làm trở ngại là Phật Thần Thông. Đến đâu cũng an vui là Phật Tự Tại. Một tâm trong sáng là Phật Quang Minh. Tâm đạo bền chắc là Phật Bất Hoại. Ta biến hóa vô cùng chỉ do một chân tánh mà thôi.

HƯƠNG HẢI (1628 - 1715) - Bản dịch HT Thanh Từ

GHI NHẬN: Nhiều thập niên trước, tôi hỏi Thiền Sư Tịch Chiếu, "Con có nên niệm Phật hằng ngày không?" Thầy tôi trả lời, "Con chỉ niệm Phật đúng được, nếu tay con cũng niệm Phật – và chân con cũng niệm Phật."

Và bây giờ, bài thơ dưới đây, tôi làm nhiều năm trước để cúng dường chư Phật.

NIỆM PHẬT

Nam Mô A Di Đà Phật
Nam Mô A Di Đà Phật
Nam Mô A Di Đà Phật

Quy y trọn thân tâm
ba đời Phật Pháp Tăng
tội cũ con sám hối
thiện mới con tinh cần
thân tâm một niệm
Nam Mô A Di Đà Phật

Niệm Phật nguyện vãng sanh
thành chữ viết trang kinh
thành mưa cho lúa mọc
thành thuyền pháp qua sông
cứu người thoát khổ
Nam Mô A Di Đà Phật

Niệm Phật là tay niệm Phật, nâng người té ngã, dìu người qua sông
Niệm Phật là chân niệm Phật, đi muôn ngàn dặm, đưa người tới nhà
Niệm Phật là lời niệm Phật, hóa chữ thành thơ, gọi người tỉnh giác
Niệm Phật là thân niệm Phật, toàn thân từ bi, độ vô lượng người

Niệm Phật niệm toàn thân
Phật hiện sáng ngời tâm
nhìn tâm là thấy Phật
nhìn Phật là thấy tâm

quay đầu là bờ
Nam Mô A Di Đà Phật

Niệm Phật nghe dịu dàng
từng chữ hiện rồi tan
thấy từng niệm ngời sáng
Tịnh độ hóa toàn thân
hiện tâm vô lượng
Nam Mô A Di Đà Phật.

--- ---

53

THE LAMP

From the lamp of mind, the Buddha's eyes arise.
The Way of Zen is transmitted with the four wide-open eyes
The lamp keeps lighting up forever,
and empowers Zen foresters to help human beings.

CHÂN NGUYÊN (1647 - 1726)

NOTE: Light the lamp, clear the darkness, follow the Buddha, and become a walking temple. When you realize the emptiness nature, the compassion arises naturally. Keep the light shining, and help others attain liberation. Nothing is more precious than entering the Bodhisattva Way.

The eyes. The eyes. How can the master pass down the lamp of Zen to students via the eyes? Actually, via the wisdom eyes, not the bodily eyes. A koan says that you should see as a blind person, hear as a deaf person, and talk as a mute person; it means that your whole body and mind walk, stand, sit and lie down in the non-self realization.

In the Thag 8.1 (Verses of the Senior Monks), Ven. Mahakaccayana wrote a poem of eight stanzas. The last two stanzas are as follows.

All is heard with the ear,
all is seen with the eye;
the wise ought not forsake
all that is seen and heard.

Though you have eyes, be as if blind;
though you have ears, be as if deaf;
though you have wisdom, be as if stupid;
though you have strength, be as if feeble.
And when issues come up
lie as still as a corpse. (Translated by Bhikkhu Sujato)

--- ---

NGỌN ĐÈN

Một ngọn đèn tâm mắt Phật sinh,
Truyền nhau "bốn mắt ngó" phân minh.
Ngọn đèn mãi nối sáng vô tận,
Trao gởi thiền lâm dạy hữu tình.

CHÂN NGUYÊN (1647 - 1726) - Bản dịch HT Thanh Từ

GHI NHẬN: Hãy thắp ngọn đèn, xua bóng tối, theo Đức Phật, và tự thân trở thành một ngôi chùa di động. Khi bạn nhận ra tánh không, thì từ bi khởi dậy tự nhiên. Hãy giữ ngọn đèn sáng hoài, và hãy giúp người khác giải thoát. Không có gì quý giá hơn là bước vào Bồ Tát Đạo.

Mắt. Mắt. Làm thế nào vị Thầy có thể truyền ngọn đèn Thiền cho môn đệ qua cặp mắt? Thực sự, chỉ là qua mắt tuệ, không phải mắt thịt. Một công án nói rằng bạn nên thấy như người mù, nghe như người điếc, và nói như người câm; có nghĩa là, toàn thân tâm bạn đang đi, đứng, ngồi và nằm trong chứng ngộ vô ngã.

Trong Thag 8.1 (Trưởng Lão Tăng Kệ), ngài Mahakaccayana viết bài thơ 8 đoạn, với 2 đoạn cuối như sau.

Tất cả được nghe với tai,
tất cả được thấy với mắt;
người trí không nên xa lìa
tất cả những gì được thấy và nghe.

Mặc dù ngươi có mắt, hãy làm như mù;
mặc dù ngươi ó tai, hãy làm như điếc;
mặc dù ngươi có trí tuệ, hãy làm như khờ;
mặc dù ngươi có sức mạnh, hãy làm như mong manh.
Và khi có chuyện xảy ra
hãy nằm tịch lặng y hệt xác chết.

--- ---

54

LEAVING THE WORLD

Oh, monks! The ancient masters said, "You should keep seeing that the five aggregates are emptiness, that the four elements are non-self, that the true mind has no form, that all things neither come nor leave, that when you were born the mind's nature did not come, that when you die the mind's nature will not leave, that when the mind is in stillness completely you will see the mind and the outer world are one in Suchness.

Seeing that constantly, you will soon attain enlightenment, gain freedom from the three periods of time, and become those who leave this world. It is important to you not to cling to anything.

THONG THIEN (? – 1228)

NOTE: Constantly observe this. Many ancient Zen masters in Vietnam asked the practitioners to do this. It's very hard to put into practice; however, after you have the first glimpse of that insight, you will continue observing this comfortably and will enjoy the world differently.

Buddha once held up a flower before the monks. All the monks were silent, awaiting his word; except one, only Mahakasyapa smiled. Then Buddha said that he just gave the true dharma transmission to Mahakasyapa. That was the beginning of the Zen tradition.

Why? Because the other monks saw the flower as flower, as something that the Buddha held up, as something was seen by them? Because only Mahakasyapa saw the flower as a flower, as something that the Buddha held up, as something was seen by him, and as something his mind manifesting? Because Mahakasyapa became one with the flower? Watch your mind. Don't say a word. Just live the Suchness.

How can we have the insight of Suchness? In the SA 296 Sutra, the Buddha said: "Because this exists, that exists. That is the dharma of arising by the causal condition." And thus, one who attains the right wisdom will neither ponder nor cling to any name-and-form that may or may not exist in the past, future and present.

--- ---

XUẤT THẾ

Đâu chẳng nghe người xưa nói: "Chỉ xem năm uẩn đều không, tứ đại vô ngã, chân tâm không tướng, không đi không lại, khi sanh tánh chẳng đến, khi tử tánh chẳng đi, yên tĩnh tròn lặng, tâm cảnh nhất như." Chỉ hay như thế, liền đó chóng liễu ngộ, không bị ba đời ràng buộc, bèn là người xuất thế. Cần thiết chẳng được có một mảy may thú hướng.

THÔNG THIỀN (? - 1228)– Bản dịch HT Thanh Từ

GHI NHẬN: Hãy cứ nhìn như thế liên tục. Nhiều Thiền Sư tại Việt Nam thời xưa vẫn bảo Thiền Sinh làm như thế. Rất khó để tu tập như thế; tuy nhiên, sau khi bạn lần đầu thấy được thị kiến đó, bạn sẽ giữ cái nhìn đó liên tục dễ hơn, và sẽ hân thưởng thế giới này khác đi.

Đức Phật một lần đưa cao một bông hoa trước các vị sư. Tất cả các sư đều im lặng, chờ Đức Phật nói; chỉ trừ một sư, Ngài Ma Ha Ca Diếp mỉm cười. Rồi Đức Phật nói rằng Phật mới trao truyền chánh pháp cho Ma Ha Ca Diếp. Đó là khởi đầu của Thiền Tông.

Tại sao? Có phải vì các sư khác thấy hoa như là hoa, như một vật mà Đức Phật cầm đưa lên, như một vật được họ nhìn thấy? Có phải vì chỉ duy ngài Ma Ha Ca Diếp thấy hoa như là hoa, như một vật mà Đức Phật cầm đưa lên, như một vật được Ma Ha Ca Diếp nhìn thấy, và như một vật mà tâm của Ma Ha Ca Diếp đang hiển lộng? Có phải vì Ma Ha Ca Diếp trở thành một với hoa? Hãy nhìn tâm của bạn. Đừng nói một lời. Hãy sống cái Như Thị.

Làm thế nào chúng ta có thể có tuệ nhãn Như Thị? Trong Kinh Tạp A Hàm SA 296 Sutra, Đức Phật nói: "Bởi vì cái này có, nên cái kia có. Đó là pháp duyên khởi." Và như thế, người nào có trí tuệ chơn chánh sẽ không suy nghĩ về hay dính mắc vào bất kỳ danh-sắc nào (thân-tâm nào) mà nó có thể hay không có thể có mặt trong quá khứ, vị lai và hiện tại.

--- ---

55

FROM THE EMPTINESS

Originally rootless
the dharmas come from the emptiness
and will leave the emptiness,
I originally neither come nor leave,
and do not bother with birth and death.

NHU TRUNG LAN GIAC (1696 – 1733)

NOTE: Birth and death? How can we step into the deathless? Just see that you die instantly and completely in every moment of your life. That means that you live with the deathless after your mind undergoes the death of desire, hatred, and delusion. Zen says that every moment should be the moment of the great death. A koan says that you should rob the plows of the poor farmers, and steal the food of the hungry persons; it means that you should not ponder and cling to the forms, the sounds, the odors, the flavors, the feelings, and the thoughts that you encounter.

Another koan says that you should give away all the things you have, including your wife and children; it means that you should turn away from all the forms, the sounds, the odors, the flavors, the feelings, and the thoughts that you may encounter.

The SN 12.11 Sutta says that there are four kinds of food that help maintain beings in the worlds: edible food, contact, mental intention, and consciousness. These four kinds of nutriment have craving as their source. When you quit craving and turn away from the four kinds of food, you are stepping into the deathless state.

--- ---

TỪ KHÔNG MÀ TỚI

Vốn từ không gốc
Từ không mà đến
Lại từ không mà đi
Ta vốn không đến đi
Tử sanh làm gì lụy.

NHƯ TRỪNG LÂN GIÁC (1696 - 1733) – Bản dịch HT Thanh Từ

GHI NHẬN: Sinh và tử? Làm thế nào chúng ta có thể bước vào cảnh giới bất tử? Hãy nhìn thấy rằng bạn chết tức khắc và toàn diện trong từng khoảnh khắc của đời bạn. Nghĩa là bạn sống với bất tử sau khi tâm bạn trải qua cái chết của tham sân si. Thiền Tông nói rằng từng khoảnh khắc nên là khoảnh khắc của cái chết lớn. Một công án nói rằng bạn nên cướp cày của nông dân nghèo, và nên trộm thực phẩm của người đói; nghĩa là, bạn không nên suy tưởng và dính vào sắc, thanh, hương, vị, cảm thọ và các niệm mà bạn thấy hiện ra.

Một công án khác nói rằng bạn nên bố thí toàn bộ những gì bạn có, kể cả vợ và con; như thế nghĩa là bạn nên quay lưng ra khỏi toàn bộ cái được thấy, cái được nghe, cái được ngửi, cái được nếm, cái được cảm thọ, và cái được suy nghĩ tư lường mà bạn có thể gặp.

Kinh SN 12.11 Sutta nói rằng có bốn loại thực phẩm duy trì chúng sinh trong các thế giới: đoàn thực (thức ăn được), xúc, tư niệm thực, và thức thực. Bốn loại thức ăn này có tham ái là cội nguồn. Khi bạn từ bỏ tham ái và quay lưng đối với bốn loại thức ăn, bạn đang bước vào cảnh giới bất tử.

--- ---

56

THE HIGHEST

The highest person practices the unconditioned dharmas.
The second-ranked person cultivates both merit and wisdom.
The third-ranked person does good and avoids evil.
The fourth-ranked person is a superior scholar of the Three Baskets of Buddhist Scriptures.

TUONG QUANG (1741 – 1830)

NOTE: Who could step into the realm of the unconditioned

dharmas -- the profound mind of Nirvana? Was that Venerable Mahakasyapa, who smiled when Buddha twirled a flower before the assembly of monks, and in another occurrence was invited by Buddha to share the seat?

This Zen poem divides practicing Buddhists into four groups: the highest-ranked are those who drop all things, transcend all good and evil; second, those who practice the Bodhisattva Way, cultivate both merit and wisdom; third, those who practice the normal way --- doing good and avoiding evil; fourth, those who memorize Buddhist Scriptures and don't practice the Buddha's teachings.

We should ask the following question here: who has gone beyond both good and evil? In The Dhammapada, Buddha says in verse 39 that the person who drops all good and evil has no fear at all, in verse 97 that the person who destroys causes for all good and evil is the ultimate human, in verse 126 that the person who does not cling to all good and evil attains Nirvana, in verse 267 that the person who throws out all good and evil is called a monk, and in verse 412 that the person who transcends the ties of all good and evil is called by Buddha a brahman. Just be compassionate, do good deeds, and see that nobody has ever done anything and that nothing has ever been done.

--- ---

BẬC NHẤT

Người bậc nhất tu pháp vô vi
Người bậc nhì phước tuệ đầy đủ
Người bậc ba làm thiện chừa ác

Người bậc tư tam tạng tinh thông.

TƯỜNG QUANG (1741-1830) – Bản dịch HT Thanh Từ

GHI NHẬN: Ai có thể bước vào cảnh giới của vô vi – của Niết Bàn Diệu Tâm? Có phải đó là ngài Ma Ha Ca Diếp, vị sư mỉm cười khi Phật cầm hoa lên xoay nhẹ trước tăng chúng, và trong trường hợp khác đã được Phật mời chia sẻ chung chỗ ngồi?

Bài thơ Thiền này chia Phật Tử làm bốn nhóm: bậc nhất là những vị buông bỏ vạn pháp, siêu vượt cả thiện ác; bậc nhì là người tu Bồ Tát Hạnh, vun trồng phước và huệ; bậc ba là tu pháp bình thường – làm lành và lánh dữ; và bậc tư là những vị thuộc Kinh Phật mà không tu theo lời Phật dạy.

Chúng ta nên hỏi câu này: Ai đã vượt qua cả thiện và ác? Trong Kinh Pháp Cú, Đức Phật nói trong đoạn 39 rằng người đã buông bỏ cả thiện và ác thì không sợ hãi gì, nói trong đoạn 97 rằng người đã phá hủy các nhân duyên cho mọi pháp thiện và ác là người tối thắng, nói trong đoạn 126 rằng người không trụ vào tất cả pháp thiện và ác thì thành tựu Niết Bàn, nói trong đoạn 267 rằng người đã ném bỏ hết mọi pháp thiện và ác thì được gọi là một vị sư, và nói trong đoạn 412 rằng người vượt qua sự trói buộc của mọi pháp thiện và ác thì được Phật gọi là một vị Bà La Môn. Hãy từ bi, hãy làm việc thiện, và hãy thấy rằng không có ai đã từng làm bất cứ gì, và rằng không hề có việc gì đã từng được làm.

--- ---

57

PRACTICE

You should know that the way of Zen must be asked, investigated and enlightened by yourself, neither by others nor by anything.

Layman Pang once asked Zen Master Mazu, "Who is companionless among all phenomena?"

Mazu said, "After you swallow all the water in the West River in one gulp, I will tell you."

Is that the answer? Or something marvelous here? Or pointing directly to the person not making friends with all phenomena? Or is there a secret not to be transmitted?

Investigate every bit from that koan, seek to get to the ultimate; don't distort intentionally, don't explain wrongly with your own opinion, and also don't throw it all away. Even busy at work, you should keep your mind on the koan; even in leisure time, keep investigating it.

Disregard anything almost-cooked, disregard anything near-raw. Also don't discuss anything that may relate to "the person going to the ultimate, and the story of the ultimate" -- whether one or two, existence or non-existence, unholy or holy, reasonableness or sensibleness, secularness or Buddhist dharma. Keep observing your mind like that. You will suddenly see the mind blossom vastly -- you will become profoundly enlightened, and laugh joyfully.

THACH LIEM (circa 17th century)

NOTE: Zen Master Thach Liem had the heart of a loving grandmother, and gave very clear instructions on how to do koan practice. Just investigate a koan all day and night. Always keep your mind on the koan, watch it, observe it, investigate it, but don't cling to any thought. No further comment should be given here.

Don't force your mind; just do it effortlessly. Zen masters say that any force you put on your mind will make everything go wrong. They say that don't put rocks on grass; just uproot the grass. The quiet, effortless attention leads your mind into a realm where you know that you don't know. This state of mind is also called as "a great doubt." The Chinese Zen master Da Hui (1089–1163) said that a great doubt would lead to a great awakening. Just observe the mind of "don't know" where any thought vanishes instantly right at the moment it arises; it is also where you see not a trace of the three poisons (greed, hatred, and delusion). It is the unknown mind, where there is not a trace of the past, present, and future.

Listening to the koan with your whole body and mind is one of the best ways to do the koan practice. Listen to every word's meaning from the koan, to every word's sound from the koan, to any response from your body and mind, and to the space created by words and sounds from the koan. The way of listening is discussed in the Śuraṅgama Sutra. At the moments you pay attention to listening, all your thoughts completely vanish and your mind is freed from desire, hatred, and delusion. Listening is one of the best ways to experience the world as a newborn baby, to be freed from all the memories, and to live with the "don't know mind."

--- ---

THIỀN TẬP

Nên biết rằng thiền đạo quí tự mình tham cầu, tự mình giác

ngộ, chẳng phải do ở người khác, do ở sự vật vậy.

Chẳng thấy Bàng Công hỏi Mã Đại Sư rằng: "Cái người chẳng làm bạn cùng vạn pháp ấy, là người thế nào?"

Đại Sư nói rằng : "Bao giờ ngươi uống một hơi hết cả nước sông Tây Giang, ta sẽ nói với ngươi."

Lời nói ấy, có phải là câu trả lời chăng ? Hay tỏ ra một cơ vi mầu nhiệm gì khác chăng? Hay chỉ thẳng cái người chẳng cùng vạn pháp làm bạn chăng? Hay có cái bí mật chẳng truyền, ngụ ở trong ấy chăng?

Thử đem ra suy gẫm từng lẽ, tìm cho đến cứu cánh; chẳng khá xuyên tạc một cách cưỡng ép, đem ý thức riêng mà giải nghĩa quấy quá, lại chẳng nên nhất thiết bỏ qua; nên làm sao trong bận rộn cũng cứu cánh như thế, nhàn hạ cũng cứu cánh như thế, dầu gặp cảnh nghịch bế tắc chẳng thông cũng cứu cánh như thế; mặc kệ chỗ sống gần chín, chỗ chín gần sống, lại chớ bàn đến "con người đi đến cứu cánh và câu chuyện cứu cánh" ấy là một là hai, là có là không, là phàm là thánh, là lý là tình, là đời là phép Phật; dụng tâm đến đó, rồi bỗng nhiên trong trí mở mang rộng rãi, đại giác ngộ và cười xòa lên.

THẠCH LIÊM (~ 17th century) – Bản dịch HT Thanh Từ

GHI NHẬN: Thiền Sư Thạch Liêm có quả tim của một bà cụ yêu thương con cháu, và đã cho hướng dẫn rõ ràng về cách tập thiền công án. Hãy khảo sát một công án suốt mọi thời. Luôn luôn chú tâm vào công án, nhìn nó, quan sát nó, khảo sát nó, nhưng đừng dính vào bất kỳ niệm nào. Không nên đưa thêm lời bình nào nơi đây.

Đừng cưỡng bách tâm bạn; hãy làm một cách thoải mái, không nỗ lực. Các Thiền sư nói rằng bất kỳ áp lực nào bạn đặt lên tâm bạn cũng sẽ làm mọi thứ sai lạc. Họ nói rằng đừng đè đá lên cỏ, mà hãy nhổ gốc rễ cỏ. Sự chú tâm lặng lẽ và không nỗ lực sẽ dẫn tâm bạn tới nơi mà bạn biết rằng bạn không biết. Trạng thái tâm này cũng gọi là "nỗi nghi lớn." Thiền sư Trung Hoa Đại Huệ nói rằng nỗi nghi lớn sẽ dẫn tới một giác ngộ lớn. Hãy quan sát tâm "không biết" đó, nơi bất kỳ niệm nào cũng tan biến tức khắc ngay khi vừa khởi lên; đó cũng là nơi bạn không thấy chút nào của tam độc (tham, sân, si). Đó là tâm không biết, nơi không một chút nào dính tới quá khứ, hiện tại và vị lai.

Lắng nghe công án với toàn bộ thân tâm của bạn là một trong những cách tốt nhất cho pháp Thiền công án. Hãy lắng nghe ý nghĩa từng chữ trong công án, hãy lắng nghe từng âm thanh của chữ trong công án, hãy lắng nghe từng phản ứng trong thân tâm bạn, và hãy lắng nghe từng khoảng không gian ạo ra từ chữ và âm thanh trong công án. Kinh Lăng Nghiêm đã giải thích về pháp lắng nghe. Trong các khoảng khắc bạn lắng nghe, tất cả niệm biến mất hoàn toàn, và tâm của bạn xa lìa tham sân si. Lắng nghe là một trong những cách tốt nhất để kinh nghiệm thế giới như một em bé mới ra đời, để xa lìa tất cả ký ức, và để sống với cái "tâm không biết."

--- ---

58

THE SIX WORDS

Sitting still on Dai Hung Mountain for so many years,
my body is ending; but truly the way is not.
Holding the six words constantly, being preordained,
I now pass them on to future generations and reveal the way

of Zen.

PHO TINH (circa 19th century)

NOTE: Nowadays, a majority of Vietnamese Buddhists practice the Pure Land teachings, keep "holding the six words" -- reciting the name of Amitabha Buddha and wishing to be reborn in the Pure Land. Many of them practice together Zen and the Pure Land. Is Zen different from the Pure Land school? The debate is ongoing. Some, including Zen Master Pho Tinh, say the two schools are not different.

The Zen Master Tran Thai Tong (1218 – 1277) wrote in The Record of The Emptiness:

"After recognizing that mind is actually the Buddha, the wisest persons don't need to practice any more. When you see, hear, sense, contemplate or observe, nothing could cling to your mind any more. The mind that contemplates and the things which are contemplated are originally pure; thus, it is called as the unmoving Suchness or the Buddha's body. The Buddha's body is your body, not two. All the appearances are not two things (the seer and the seen, the hearer and the heard...); your nature of mind exists without end, peacefully and unintentionally. It is also called the living Buddha.

The middle-level persons depend on mindfulness of the Buddha. Diligently and constantly, they keep mindfulness on the Buddha and see their mind becomes virtuous completely. The virtuous thoughts appear, and the evil thoughts disappear. When all evil thoughts are gone, only the virtuous thoughts exist. Being the product of consciousness, every thought arises and vanishes. When the thoughts vanish, the consciousness stays on the right path. When these humans die, they will attain Nirvana -- the state of the Deathless, the Bliss, the Self, and the Pure; that is the way of Buddhism.

The third-ranked persons keep chanting the Buddha's name, wish to see the Buddha's appearance, vow to take rebirth in the Buddha's land, and practice day and night with untiring devotion. After they die, they will take rebirth in the Buddha's land, have new chances to study and practice, attain enlightenment, and enter the Buddhahood."

It is noteworthy that Tran Thai Tong did not say clearly about the method of chanting Buddha's name.

--- ---

SÁU CHỮ

Nhiều năm ngồi tịnh núi Đại Hùng
Quả thật thân cùng đạo chẳng cùng
Sáu chữ chuyên trì thân thọ ký
Truyền mãi đời sau sáng Tổ tông.

PHỔ TỊNH (~ thế kỷ 19) – Bản dịch HT Thanh Từ

GHI NHẬN: Hiện nay, đa số Phật Tử Việt Nam tu theo pháp Tịnh Độ, liên tục "thọ trì sáu chữ" – niệm danh hiệu Phật A Di Đà và nguyện sinh vào cõi Tịnh Độ. Trong đó, nhiều người song tu cả Thiền Tông và Tịnh Độ. Có phải Thiền khác với Tịnh Độ? Cuộc tranh luận vẫn đang tiếp diễn. Một số vị thầy, trong đó có Thiền Sư Phổ Tịnh, nói rằng hai tông phái này không khác gì nhau.

Thiền sư Trần Thái Tông (1218 – 1277) đã viết trong sách

Khóa Hư Lục:

"Bậc thượng trí thì tâm tức là Phật, chẳng nhờ tu thêm. Niệm tức là trần, chẳng cho một điểm. Niệm trần vốn tịnh, nên gọi như như bất động, tức là thân Phật. Thân Phật tức là thân ta, không có hai tướng. Tướng tướng không hai, lặng lẽ thường còn, còn mà chẳng biết, đó là Phật sống.

Bậc trung trí ắt nương niệm Phật. Chú ý chuyên cần, niệm niệm chẳng quên, tự tâm thuần thiện. Niệm thiện đã hiện, niệm ác liền tiêu. Niệm ác đã tiêu, chỉ còn niệm thiện. Do niệm là ý niệm, nên niệm niệm diệt đó. Khi niệm diệt ắt về chánh đạo. Lúc mạng chung được vui Niết-bàn - thường lạc ngã tịnh - là Phật đạo vậy.

Bậc hạ trí thì miệng siêng niệm lời Phật, tâm muốn thấy tướng Phật, thân nguyện sanh về nước Phật. Ngày đêm siêng năng tu hành, không có thối chuyển. Sau khi mạng chung, tùy niệm thiện đó được sanh về nước Phật. Sau được chư Phật dạy bảo chánh pháp, chứng được bồ-đề, cũng vào quả Phật."
(Bản dịch của HT Thanh Từ)

Cần ghi nhận rằng Trần Thái Tông không nói rõ ràng về phương pháp niệm danh hiệu Phật.

--- ---

59

LIKE A DRAGON

Above -- there is not a piece of tile to cover the head.
Below – there is not a piece of ground to thrust a stick into.
Either you change clothes and walk straight on the path

or you carry the staff and leave
when you turn, move and touch, just act like a dragon leaping
and biting the target.

TỊNH KHÔNG (? - 1170)

NOTE: The image of dragon, king of animals, is used only for the emperors in Vietnam. Legends say that the dragon always hits the target correctly. Similarly, the Zen practitioner has a target to hit -- keep watching the mind correctly, see the empty nature of the mind, and feel the river of impermanence constantly flow through your whole body and mind.

How can you live while you have no roof above your head and no land under your feet? The poem above says that you have to mindfully live in every moment --- just like a dragon that always bites precisely the target. This koan means that your mind should lean on nothing, incline toward nothing, and mindfully live with the emptiness inwardly and outwardly. It also means that you have to mindfully live the featureless consciousness. The DN 11 Sutta says that when you live with the featureless consciousness, you are stepping into the Nirvana.

What is featureless consciousness? Is that something you have to build up or cultivate? No. You don't have to spend time to build up or cultivate for the featureless consciousness. You don't have to amass anything. Just let all things go. Just let all things flow in the wind of impermanence. Just face the scenes and don't cling to anything you see, hear, sense and perceive. Just keep mindfulness while walking, standing, sitting, lying down and cling to nothing, inwardly and outwardly, from the past, future, and present. Actually, the featureless consciousness appears in the mind as the reflective nature of the mirror; it is already there.

--- ---

NHƯ RỒNG

Trên không miếng ngói che,
Dưới không đất cắm dùi.
Hoặc đổi áo thẳng đến,
Hoặc xách trượng mà đi.
Khoảng chuyển động xúc chạm,
Tợ rồng vẫy đớp mồi.

TỊNH KHÔNG (? - 1170) - Bản dịch HT Thanh Từ

GHI NHẬN: Hình ảnh con rồng, vua của loài thú, được dùng riêng cho các hoàng đế tại Việt Nam. Truyền thuyết kể rằng rồng luôn luôn tấn công mục tiêu chính xác. Tương tự, Thiền có một mục tiêu để nhắm vào – liên tục quán sát tâm đúng pháp, nhìn thấy tánh không rỗng rang của tâm, và cảm thọ dòng sông vô thường liên tục chảy xuyên qua thân tâm mình.

Làm sao bạn sống trong khi không có mái nào che đầu và không mảnh đất nào dưới chân? Rồi bài thơ trên nói rằng bạn phải tỉnh thức sống như thế trong từng chuyển động thân tâm ---y hệt con rồng luôn luôn đớp trúng mồi. Công án này có nghĩa là tâm bạn không nên dựa vào bất cứ gì, không nghiêng về bất cứ gì, và tỉnh thức sống với nhận biết tánh không, cả trong và ngoài. Nó cũng có nghĩa là bạn phải tỉnh thức sống với thức không-đặc-tướng. Kinh DN 11 nói rằng khi bạn sống với tâm không có đặc tướng nào, bạn đang bước vào Niết Bàn.

Thức không đặc tướng là gì? Có phải đó là cái gì bạn phải xây đắp hay vun trồng? Không. Bạn không cần mất thì giờ xây đắp hay vun trồng cho thức không đặc tướng. Bạn không cần gom thêm cái gì vào. Hãy buông bỏ hết. Hãy để mọi thứ trôi theo dòng sông vô thường. Hãy đối cảnh và đừng dính vào bất cứ gì bạn thấy, nghe, cảm thọ và nhận biết. Hãy giữ chánh niệm trong khi đi, đứng, ngồi, nằm và đừng dính gì vào, cả với nội xứ và ngoại xứ, trong các thời quá khứ, tương lai và hiện tại. Thực sự, thức không đặc tướng sẽ hiển lộ trong tâm như tánh phản chiếu của gương; nó có sẵn đó.

--- ---

60

BIRTH AND DEATH

Profound and omnipresent, the true nature is originally emptiness and stillness.
Not identical to birth and death, it functions unhindered.
Thus, birth comes from nowhere, and death goes nowhere.

DAO HUE (circa 12th century)

NOTE: How can you see and hear its stillness? Sitting motionless and silencing all the noise? The stillness of nature is not separate from the motion or the noise. You will touch it, feel it, see it, hear it when you realize the nonself nature of all things.

The Zen Master Thuong Chieu, my Dharma uncle, once was asked about the way of Zen. The old monk Thuong Chieu took a small pebble, threw it at a wall, and asked if the student heard the sound of the pebble hitting the wall. The student said, "Yes, Master. I heard it." Zen Master Thuong Chieu said, "That's the Way." It is noteworthy that some Zen masters prefer to strike a gong, or pluck a nail, or call the student by name, or ask the student about the sounds outside the hall.

Suppose that you are listening to a song. While you pay attention to listening, you can not get caught by all things of the past. If you cling to the sounds or anything of the past, you will miss many parts of the song. Furthermore, you can not cling to the sounds of the present, because they instantly flow into the past and you will also miss many parts of the song. And you can not cling to the sounds of the future, because they do not come yet. Through listening with your whole body and mind, you turn away from all things of the past, present, and future. The three poisons --- desire, hatred, and delusion --- fade away in your mind. Through listening with your whole body and mind, your mind easily realizes its nature of emptiness and non-self.

--- ---

SINH VÀ TỬ

Chân tánh diệu viên, thể tự không tịch,
vận dụng tự tại, chẳng đồng với sanh tử.
Thế nên, sanh không từ đâu đến, tử chẳng đi về đâu.

DAO HUE (~ 1190) – Bản dịch HT Thanh Từ

GHI NHẬN: Làm sao bạn có thể thấy và nghe tánh không

tịch đó? Ngồi bất động và tắt hết mọi tiếng ồn? Tánh vắng lặng không rời khỏi sự chuyển động hay tiếng ồn. Bạn sẽ sờ chạm nó, cảm nhận nó, thấy nó, nghe nó khi bạn chứng ngộ tánh vô ngã của vạn pháp.

Thiền Sư Thường Chiếu, vị sư thúc của tôi, một lần được hỏi về Thiền. Vị sư già Thường Chiếu cầm lên một viên sỏi nhỏ, ném vào tường, và hỏi thiền sinh có nghe tiếng viên sỏi chạm tường hay không. Thiền sinh đáp, "Thưa thầy, con nghe tiếng đó." Thiền Sư Thường Chiếu nói, "Đó là Đạo." Ghi nhận rằng một vài Thiền sư ưa thích gõ vào một cái chiêng, hay khảy móng tay, hay gọi tên học trò, hay hỏi học trò về âm thanh bên ngoài thiền đường.

Giả sử rằng bạn đang lắng nghe một ca khúc. Khi bạn chú tâm lắng nghe, bạn không thể bị lôi cuốn vào những gì trong quá khứ. Nếu bạn để vướng vào âm thanh hay bất cứ gì trong quá khứ, bạn sẽ mất nhiều phần trong ca khúc. Thêm nữa, bạn không thể vướng vào âm thanh của hiện tại, vì chúng tức khắc trôi vào quá khứ và bạn cũng sẽ để mất nhiều phần trong ca khúc. Và bạn không thể vướng vào âm thanh của tương lai vì chúng chưa tới. Xuyên qua lắng nghe với toàn thân tâm, bạn xa lìa mọi thứ của quá, hiện, vị lai. Ba độc tham sân si nhạt dần trong tâm bạn. Xuyên qua lắng nghe với toàn thân tâm, tâm bạn dễ dàng nhận ra bản tánh của nó là vô ngã và tánh không.

--- ---

PHẦN 7

61

NOT FOR PROFIT

To make a profit leads to implanting a desire.
To have a desire leads to craving a profit.
A bodhisattva doesn't do anything for profit or for desire.
Not for profit and not for desire, the bodhisattvas act.

TÍN HỌC (? - 1190)

NOTE: Motivated by compassion, a bodhisattva vows to take countless rebirths to save all sentient beings from the suffering cycle of birth and death. Recited in every meditation session, the four bodhisattva vows later will become your blood and flesh, guiding you through the darkness of ignorance. You should see millions of rebirths actually appear and disappear right at this moment.

The SN 46.63 Sutta says that one who develops and cultivates compassion alongside mindfulness which is based on dispassion, cessation, and non-self will either attain Nirvana or become a non-returner.

The AN 8.1 Sutta says that one who develops and cultivates loving-kindness as a way to liberation will have eight benefits: sleeping well; waking happily; having no bad dreams; being loved by humans; being loved by non-humans; being protected by deities; not being harmed by fire, poison, and weapons; and being rebirthed in a Brahma realm if not higher.

The Sn 1.8 Sutta (Karaniya Metta Sutta) says that one who wants to attain a state of peace should always wish for all beings to live happily, and harmlessly, and should always have the mindfulness of a mother who loves and protects all beings as her only child.

It is noteworthy that Christian churches ask their followers to love one another. The difference is that Buddhists practice loving-kindness with a mindfulness that is based on dispassion, cessation, and non-self, while Christians love one another as the commandment by the so-called Creator God, who does not exist in Buddhist beliefs.

The Holy Bible, English Standard Version. ESV® Text Edition: 2016, says:

"9 As the Father has loved me, so have I loved you. Abide in my love. 10 If you keep my commandments, you will abide in my love, just as I have kept my Father's commandments and abide in his love. 11 These things I have spoken to you, that my joy may be in you, and that your joy may be full. 12 "This is my commandment, that you love one another as I have loved you." (John 15:9-12)

--- ---

KHÔNG VÌ LỢI

Có lợi ắt có nhiễm, có nhiễm ắt có lợi;
có lợi có nhiễm Bồ-tát chẳng làm;
không lợi không nhiễm, Bồ-tát mới làm.

TÍN HỌC (? - 1190) - Bản dịch HT Thanh Từ

GHI NHẬN: Phát khởi bởi từ bi, bồ tát phát nguyện tái sinh vô lượng kiếp để cứu tất cả chúng sinh ra khỏi khổ nạn sinh tử luân hồi. Được tụng đọc trong mỗi thời thiền định, bốn lời nguyện lớn của bậc bồ tát sau này sẽ trở thành máu thịt của bạn, hướng dẫn bạn đi xuyên suốt bóng tối vô minh. Bạn nên nhìn thấy nhiều triệu kiếp tái sinh thực sự tập khởi và tịch diệt ngay trong khoảnh khắc này.

Kinh SN 46.63 Sutta nói rằng người nào tu hạnh từ bi song song (câu hữu) với chánh niệm dựa vào ly tham, tịch diệt và vô ngã sẽ hoặc là chứng đắc Niết bàn hoặc chứng quả Bất Hoàn.

Kinh AN 8.1 Sutta nói rằng người nào tu hạnh từ bi như phương tiện giải thoát sẽ có 8 lợi ích: ngủ ngon; thức tỉnh an lạc; không có ác mộng; được người người đều thương; được chư thiên yêu thương; không gặp nạn lửa, thuốc độc và binh khí; và sẽ sinh lên trời Phạm Thiên nếu không tới được cao hơn.

Kinh Sn 1.8 Sutta (Karaniya Metta Sutta) nói rằng ai muốn thành tựu quả bình an nên luôn luôn ước nguyện cho tất cả chúng sanh sống hạnh phúc và không gặp nguy nạn, và nên luôn luôn chánh niệm trong tâm người mẹ thương và bảo vệ tất cả chúng sinh như đứa con duy nhất của bà.

Cần ghi nhận rằng các giáo hội Thiên Chúa dạy tín đồ phải

yêu thương nhau. Chỗ khác biệt là, Phật tử tu tâm từ bi với chánh niệm dựa trên ly tham, tịch diệt và vô ngã, trong khi tin đồ Thiên Chúa Giáo yêu nhau theo mệnh lệnh từ đấng gọi là Thượng Đế Sáng Tạo, mà tín lý Phật giáo không tin có vị sáng tạo này.

Kinh Thánh, Bản Tiêu Chuẩn Anh Văn, ấn bản 2016 viết:

"9 Như Cha yêu thương ta, do vậy ta yêu thương các ngươi. Hãy an nghỉ trong tình yêu của ta. 10 Nếu ngươi giữ các điều răn của ta, ngươi sẽ an nghỉ trong tình yêu của ta, cũng như ta giữ điều răn của Cha ta và an nghỉ trong tình yêu của ngài. 11 Những điều này ta nói với người, rằng niềm vui của ta có thể trong ngươi, và rằng niềm vui của ngươi có thể tròn đầy. 12 "Đây là điều răn của ta, rằng người hãy yêu nhau như ta yêu các ngươi." (Sách John 15:9-12)

--- ---

62

URGENTLY PRACTICE

If you have a sharp eye, you should urgently reflect, transform your mind to leap out of the cycle of birth and death, and cut instantly the net of sensuous desire. Male or female, you can practice the Way; wise or foolish, you will have a place to succeed. While you don't understand the Buddha's mind and Patriarch's intention, first keep the precepts and chant the sutras. When you see that the Buddha is voidness and Patriarch is also emptiness, you will understand that there is no precept that must be kept and there is no sutra that must be chanted.

You will then realize that this illusionary form is also the True Form and this unholy body is also the Buddha's Body. Then you will transform the six consciousnesses into the six supernatural powers, convert the eight afflictions into the eight freedoms. So it is said; but when you get into this bodily form, it is very difficult to let it go.

TRẦN THÁI TÔNG (1218 - 1277)

NOTE: The famous King Tran Thai Tong led Vietnam in several years of military victories. Tran Thai Tong was also a famous Zen master who wrote many books of commentaries on Buddhist Scriptures and Zen. It is said that while reading the words "when your mind clings to nothing, the unconditioned mind will be revealed brightly" from the Diamond Sutra, Tran Thai Tong suddenly understood the Way of Zen. Later, Tran Thai Tong used Zen koans to train his students. His book "The Record of Emptiness" had a chapter that listed forty-three koans with his own commentaries to guide his Zen students on how to study, practice and enter the gateless gate suddenly.

The first koan of the chapter says that before the Buddha was born as a royal prince, he had already carried human beings to the shore of Nirvana. What should we think? Tran Thai Tong then wrote a commentary that the unborn baby constantly, day and night, has been bringing human beings to move away from the wharf of delusion. The unborn baby symbolizes the unborn mind which is never far away from your mind.

--- ---

GẤP TU

Nếu người tác gia đủ mắt, cần phải sớm gấp hồi quang, chuyển thân nhảy khỏi vòng sanh tử, khoảng khảy tay cắt đứt lưới ái ân. Dù là nam hay nữ thảy đều tu được; dẫu rằng trí hay ngu trọn đều có phần. Nếu chưa đạt được Phật tâm, Tổ ý, hãy trước nương trì giới tụng kinh. Đến lúc Phật cũng chẳng phải, Tổ cũng chẳng phải, thì giới gì trì, kinh nào tụng.

Nơi sắc huyễn cũng là chân sắc, ở thân phàm cũng là thân Phật. Phá sáu thức làm sáu thần thông, dạo tám khổ (Tám khổ là: sanh ,lão ,bệnh, tử, cầu chẳng được, thương yêu chia lìa, oán thù chung hội, thân năm ấm hưng thịnh.) thành tám tự tại (Tám tự tại: Một thân hiện nhiều thân như số vi trần. - Thân nhiều như vi trần ở khắp các cõi Phật. - Thân lớn của Phật đến các thế giới. - Phật hiện vô số thân. - sáu căn hỗ dụng. - Phật đạt tất cả pháp vẫn như không được. - Phật thuyết pháp tự tại.). Tuy nói thế ấy, mà mỗi người vào trong sắc thân rồi, bỏ đó thật khó thay!

TRẦN THÁI TÔNG (1218 - 1277) - Bản dịch HT Thanh Từ

GHI NHẬN: Vị vua nổi tiếng Trần Thái Tông đã lãnh đạo Việt Nam trong nhiều năm với các chiến thắng quân sự. Trần Thái Tông cũng là một Thiền sư nổi tiếng, người viết nhiều sách luận giải về Kinh Phật và Thiền Tông. Sách sử kể rằng trong khi đọc tới dòng chữ "ưng vô sở trụ nhi sanh kỳ tâm" từ Kinh Kim Cương, Trần Thái Tông hốt nhiên hiểu về Thiền Đạo. Về sau, Trần Thái Tông dùng công án Thiền để dạy môn đệ. Sách "Khóa Hư Lục" của ngài có một chương, trong đó liệt kê 43 công án với chú giải riêng (niêm và tụng) để hướng dẫn Thiền sinh về cách học, thực tập và đốn nhập vào cửa không cửa.

Công án đầu tiên trong chương viết rằng trước khi Đức Phật

đản sanh làm hoàng tử, ngài đã hoàn tất việc chở con người tới bờ Niết Bàn rồi. Chúng ta nên suy nghĩ ra sao? Kế tiếp, Trần Thái Tông viết mấy câu thơ bình luận rằng em bé chưa sanh đã liên tục, ngày và đêm, đưa chúng sanh cõi người rời bỏ bến mê rồi. Em bé chưa sinh là biểu tượng cho tâm vô sanh, vốn chưa bao giờ rời xa tâm của bạn.

--- ---

63

THE 'WHAT IS'

You are asking me; that is your mind-manifesting. I am replying to you; that is my mind-manifesting. If you have no mind, how can you know to ask me? If I have no mind, how can I know to reply to you? Your mind is manifesting right at the time you are asking me. Since the time without beginning, this mind has manifested in all your actions all the time. According to circumstances, this mind is manifesting while you are facing me now, talking and asking; this mind is the true nature. What has the ability to converse here? What has the ability to talk here? What has the ability to ask here?

CHAN NGUYEN (1647 – 1726)

NOTE: What is asking here? What is talking here? Even when you see it, you still have no words to say about it. That is the gateless gate. A koan says that all the worlds are your medications. A Zen master replied that you are the medications for all the worlds. Now we should ask: What is this medication, and what does this medication do? Is there any medication to help beings to get rid of suffering? The

Diamond Sutra says that if your mind clings to nothing while you see, hear, sense or perceive, you are actually living the timeless moments of "here and now" and everything in the world, inwardly and outwardly, becomes a glimpse of Nirvana.

The SA 250 Sutra says that the eye is not the fetter of what you see, the ear is not the fetter of what you hear, the nose is not the fetter of what you smell, the tongue is not the fetter of what you taste, the body is not the fetter of the sensation you feel from touching, and the mind is not the fetter of thoughts you have; and, vice versa. Only when desire and lust arise, the fetter arises and you sink into the cycle of birth and death.

A koan says that Layman Pang once asked Zen Master Mazu, "Who is companionless among all phenomena?" A companionless person is someone who doesn't cling to anything, inwardly and outwardly, in the past, present and future; thus, this person sees the medications appear everywhere.

The Zen master Mazu said, "After you swallow all the water in the West River in one gulp, I will tell you." If a desire to swallow anything had arisen in Layman Pang, or if any other desire had arisen in Layman Pang, Mazu would have hit Pang thirty times with a stick.

--- ---

CÁI ĐƯƠNG THỂ

Ông hỏi tôi tức đó là tâm ông. Tôi đáp ông, tức là tâm tôi. Nếu ông không tâm, nhân đâu biết hỏi tôi ? Nếu tôi không tâm, nhân đâu biết đáp ông? Chính ngay khi ông hỏi tôi, tức là tâm ông. Tâm này từ vô thủy kiếp cho đến hiện giờ, mọi hành động, tạo tác, ở trong tất cả thời cũng như ngay đây, đối diện hiện dùng, tùy cơ thu buông, đối đãi thưa hỏi, chẳng phải tánh là gì? Cái gì thưa hỏi đây? Nói năng đó là cái gì? Cái gì hay biết hỏi?

CHÂN NGUYÊN (1647 – 1726) - Bản dịch HT Thanh Từ

GHI NHẬN: Cái gì đang hỏi nơi đây? Cái gì đang nói nơi đây? Ngay cả khi bạn thấy nó, bạn cũng không có lời nào để nói về nó. Đó là vô môn quan vậy. Một công án nói rằng tất cả các thế giới đều là thuốc cho bạn. Một Thiền sư trả lời rằng chính bạn là thuốc cho tất cả các thế giới. Bây giờ chúng ta nên hỏi: Cái gì là thuốc này, và cái thuốc này để làm gì? Có bất kỳ thuốc nào để giúp chúng sinh thoát khổ? Kinh Kim Cương nói rằng nếu tâm bạn không trụ vào bất cứ gì, trong khi bạn thấy nghe hay biết, bạn đang thực sự sống các khoảnh khắc phi-thời-gian của "nơi đây và bây giờ" và mọi thứ trong thế giới, nội xứ và ngoại xứ, trở thành một tia sáng rọi vào Niết Bàn.

Kinh Tạp A Hàm SA 250 nói rằng mắt không phải xiềng xích của cái bạn thấy, tai không phải xiềng xích của cái bạn nghe, mũi không phải xiềng xích của cái bạn ngửi, lưỡi không phải xiềng xích của cái bạn nếm, thân không phải xiềng xích của cảm thọ khi bạn chạm xúc, và tâm không phải xiềng xích của các niệm trong tâm bạn; và ngược lại. Chỉ khi tham dục tập khởi, xiềng xích khởi dậy và bạn chìm vào vòng sinh tử.

Một công án ghi rằng Bàng Cư Sĩ một lần hỏi Thiền sư Mã Tổ, "Ai là người không cùng muôn pháp làm bạn?" Người không bạn chính là người có tâm không vướng vào bất cứ thứ gì, dù nội xứ hay ngoại xứ, trong các thời quá, hiện và vị lai; do vậy, người này thấy thuốc khắp mọi nơi. Thiền sư Mã Tổ đáp, "Sau khi ngươi uống hết nước Sông Tây Giang trong một hớp, ta sẽ nói cho người biết." Nếu Bàng Cư Sĩ khởi một tham muốn nào để nuốt bất cứ gì, hay nếu Bàng khởi bất kỳ tâm tham nào khác, hẳn là Mã Tổ sẽ đánh Bàng ba mươi gậy liền.

--- ---

64

SITTING STILL

At the South Shrine, sitting still in front of an incense burner,
I feel serene all day, not a thought in mind.
Not that I am blocking the mind or purging the false thoughts.
Just that there is not a thing I could ponder.

HƯƠNG HẢI (1628 - 1715)

NOTE: Sitting still, sitting still, sitting still. Try sitting still even when you are sitting, standing, walking and lying down. Try sitting still even when you are talking, singing, thinking, and writing. Try sitting still for a day, and then every day. Words don't help very much; sitting still helps a lot.

Two Zen masters come in through different doors and give a shout. Who is the host, and who is the guest? It is wrong if you say that this one is the host, and the other is the guest. It is also wrong if you say that there is neither one. All the sounds, either from the east door or from the west door, should be realized as emptiness. How could you say this sound or the other sound both of which are non-self in nature as host or guest?

Your mind is also usually called the host; and false thoughts, the guests. The host sits firmly, while the guests run around and disappear. The Zen master Huong Hai said that his mind had not a thought while he sat still in front of an incense burner. Suppose that his mind had some thoughts and he realized the non-self in nature of all the thoughts, nothing could be called the host or the guests. How can we label something which is non-self in nature as host or guest? Furthermore, you hear the sounds flow in the river of impermanence, see every bit of sound instantly vanish into the past, and you know nothing could be pointed at as host or guest.

--- ---

TĨNH TỌA

Đài nam tĩnh tọa một lò hương
Lặng lẽ suốt ngày niệm lự không
Chẳng phải dứt tâm trừ vọng tưởng
Chỉ vì không việc đáng đo lường.

HƯƠNG HẢI (1628 - 1715) - Bản dịch HT Thanh Từ

GHI NHẬN: Ngồi lặng lẽ, ngồi lặng lẽ, ngồi lặng lẽ. Hãy tập ngồi lặng lẽ ngay cả khi bạn đang nằm, ngồi, đứng và đi. Hãy tập ngồi lặng lẽ ngay cả khi bạn đang nói, hát, suy nghĩ, và viết. Hãy tập ngồi lặng lẽ trong một ngày, và rồi mọi ngày. Chữ không giúp nhiều; ngồi lặng lẽ mới giúp nhiều.

Hai Thiền sư vào thiền đường từ hai cửa khác nhau, và cùng hét lên. Ai là khách, ai là chủ? Sẽ trật, nếu bạn nói tiếng hét này là chủ, tiếng kia là khách. Cũng sẽ sai, nếu bạn nói không phải gì cả. Tất cả âm thanh, dù từ cửa đông hay cửa tây, nên được nhận ra là tánh không. Làm sao bạn có thể nói âm thanh này hay âm thanh kia, mà cả hai đều vô ngã trong tự tánh, như là chủ hay khách?

Tâm bạn cũng thường được gọi là chủ; và vọng niệm, là khách. Chủ ngồi vững vàng, trong khi khách chạy vòng quanh và biến mất. Thiền sư Hương Hải nói rằng tâm của ngài không có một niệm trong khi ngài ngồi lặng lẽ trước lư hương. Hãy giả sử rằng tâm của ngài có vài niệm và ngài nhận ra vô ngã trong tự tánh của tất cả niệm, không gì có thể gọi được là chủ hay khách. Làm sao chúng ta có thể nói cái gì vốn vô ngã trong tự tánh như là chủ hay khách? Thêm nữa, bạn nghe các âm thanh trôi trong dòng sông vô thường, thấy từng chút âm thanh tức khắc biến vào quá khứ, và bạn biết không gì có thể được chỉ ra như là chủ hay khách.

--- ---

65

AT EASE WITH BIRTH AND DEATH

When the mind arises, birth and death arise;
when the mind vanishes, birth and death vanish.
Originally emptiness – birth and death in nature are void.
Illusory manifestation – this unreal body is disappearing.
When you see affliction and bodhi fading,
hell and heaven will themselves wither,
the fire oven and the boiling oil will soon cool,
and the mountain of knives
and the tree of swords will all shatter.
The hearers meditate; I don't.

The bodhisattvas give dharma talks; I tell the truth.
Life is itself unreal, and so is death.
The four elements are originally empty;
where did they emerge from?
Don't behave like a thirsty deer chasing the mirage,
and searching east then west endlessly.
The Dharma Body neither comes nor goes;
the True Nature is neither right nor wrong.
After arriving home, you should not ask for the way anymore.
After seeing the moon, you need not look for the finger.
The unenlightened persons wrongly fear birth and death;
The enlightened fully have insight, and live at ease.

TUỆ TRUNG THƯỢNG SĨ (1230 - 1291)

NOTE: Tue Trung was not a monk, but he was a prominent Zen master. His poetry is so beautiful and powerful. Just like Zen itself. Tue Trung Thuong Sy (1230-1291) had several significant roles in thirteenth-century Vietnam: being a governor, he was one of the famous military generals who led the resistance against three Mongolian invasions; being a layperson, he lived a life mixed with meditation, poetry and royal glory; and being a Zen master, he had a strong influence on the founder of the Truc Lam Zen School, which has become an important part of the Vietnamese culture. His religious name was Tue Trung, meaning The Wisdom Within. His title, given by King Tran Thanh Tong, was Thuong Sy, meaning The Superior Person.

A koan tells that Ananda once asked Mahakasyapa: "Dear Dharma brother. The Buddha gave you the golden kashaya as an emblem of the Dharma heir. What else did the Buddha transmit to you?"

Mahakasyapa called Ananda by name. Ananda responded: "Yes, Venerable Sir."

Mahakasyapa said: "Knock down the flagpole in the front gate."

Ananda replied to what he heard after Mahakasyapa called Ananda by name. In this way, Mahakasyapa already showed Ananda how to notice the secret of Zen: For the sound can be heard, the mind that is awakening while hearing must have been originally silent, empty and non-self. When a voice, or a song, or a rainstorm of sounds is heard, the mind that is awakening while hearing must have been originally impartial and unbiased.

Mahakasyapa then asked Ananda to knock down the flagpole in the front gate. The flagpole is what is seen by Ananda. For a thing can be seen, the mind that is awakening while seeing must have been originally silent, empty and non-self. When a flagpole, or a tree, or a mountain is seen, the mind that is awakening while seeing must have been originally impartial and unbiased. What happens when you knock down a flagpole? The vast emptiness behind what you are seeing will be shown. On earth -- the mind.

This glimpse of the original mind will help you effortlessly live in mindfulness day and night. Everything in the universe becomes medicine to cure suffering. You don't need to do anything else if you are constantly mindful of that awareness which is originally silent, empty, non-self, impartial and unbiased. In the awakening of that awareness, there is not a trace of desire, hatred, and delusion.

--- ---

SỐNG CHẾT NHÀN MÀ THÔI

Tâm mà sanh chừ sanh tử sanh
Tâm mà diệt chừ sanh tử diệt.
Sanh tử xưa nay tự tánh không
Thân huyễn hóa này rồi sẽ diệt.
Phiền não Bồ-đề thầm tiêu mòn
Địa ngục thiên đường tự khô kiệt.
Lò lửa dầu sôi chóng mát lành
Cây kiếm núi đao liền gãy hết.
Thanh văn ngồi thiền, ta không ngồi
Bồ-tát nói pháp, ta nói thật.
Sống tự dối sống, chết dối chết
Bốn đại vốn không, từ đâu khởi.
Chớ như nai khát đuổi sóng nắng
Chạy đông tìm tây không tạm nghỉ.
Pháp thân không đến cũng không đi
Chân tánh không phải cũng không quấy.
Đến nhà, nên biết thôi hỏi đường
Thấy trăng, đâu nhọc tìm tay ấy.
Kẻ ngu điên đảo sợ sống chết
Người trí thấy suốt nhàn thôi vậy.

TUỆ TRUNG THƯỢNG SĨ (1230 - 1291) - HT Thanh Từ dịch

GHI NHẬN: Ngài Tuệ Trung không phải là một vị sư, nhưng

ngài là một Thiền Sư lớn. Thơ của ngài đẹp và đầy sức mạnh. Y hệt như Thiền vậy. Tuệ Trung Thượng Sỹ (1230-1291) có nhiều vai trò quan trọng tại Việt Nam thế ký thứ mười ba: là một thống đốc, ngài là một trong các vị tướng nổi tiếng những người chỉ huy cuộc kháng chiến chống ba cuộc xâm lăng của Mông Cổ; là một cư sĩ, ngài sống một cuộc đời hòa lẫn với thiền định, thi ca và hào quang vương giả; và là một Thiền sư, ngài đã ảnh hưởng lớn đối với người sáng lập Thiền Phái Trúc Lâm, một dòng thiền đã trở thành một phần quan trọng của văn hóa Việt Nam. Pháp danh ngài là Tuệ Trung, nghĩa là Trí Tuệ Bên Trong. Danh hiệu ngài, trao tặng bởi Vua Trần Thánh Tông, là Thượng Sỹ, có nghĩa là Bậc Cao Tột.

Một công án kể rằng một hôm Ananda hỏi ngài Ma Ha Ca Diếp: "Thưa Pháp huynh. Đức Phật trao cho sư huynh áo cà sa vàng làm tín vật kế thừa. Ngài còn trao gì nữa không?" Ngài Ca Diếp gọi: "Ananda." Ngài Ananda đáp: "Dạ, thưa sư huynh."
Ngài Ca Diếp nói: "Hãy đánh ngã cột cờ nơi sân trước đi."

Ananda đáp ứng khi nghe, sau khi ngài Ca Diếp gọi tên Ananda. Trong cách này, ngài Ca Diếp chỉ cho Ananda cách nhận ra bí mật của Thiền Tông: Để âm thanh được nghe, cái tâm tỉnh thức trong khi nghe hẳn là nguyên thủy tịch lặng, rỗng không và vô ngã. Khi một tiếng nói, hay một ca khúc, hay một trận mưa âm thanh được nghe, cái tâm tỉnh thức trong khi nghe hẳn là nguyên thủy bình đẳng và không thiên lệch.

Ngài Ca Diếp lại bảo Ananda đi dẹp ngã cột cờ nơi sân trước. Cột cờ là cái được Ananda thấy. Để một vật có thể được thấy, cái tâm tỉnh thức trong khi thấy hẳn là nguyên thủy tịch lặng, rỗng không và vô ngã. Khi một cột cờ, hay một cái cây, hay một ngọn núi được thấy, cái tâm tỉnh thức trong khi thấy hẳn là nguyên thủy bình đẳng và không thiên lệch. Chuyện gì xảy ra khi bạn dẹp bỏ cột cờ? Cái tánh không mênh mông phía sau cái bạn đang thấy sẽ được hiển lộ. Trên mặt đất -- tâm đó.

Cái thấy suốt bản tâm sẽ giúp bạn nhẹ nhàng hồn nhiên sống trong chánh niệm ngày đêm. Mọit hứ trong vũ trụ trở thành thuốc chữa trị đau khổ. Bạn không cần làm bất cứ thứ gì khác nếu bạn liên tục tỉnh thức với cái tâm nhận biết đó, vốn là tịch lặng, rỗng rang, vô ngã, bình đẳng và không thiên lệch. Trong cái tỉnh thức về tâm nhận biết đó, không hề có chút gì của tham, sân và si.

--- ---

66

BE WISE

Wise persons don't realize the Way.
Those who realize the Way are all foolish.
Be a guest, lay straight, stretch your legs,
and don't worry about truth and untruth.

TINH KHONG (? – 1170)

NOTE: When you see the emptiness nature of all things, you know that the Way cannot be described by words, and practitioners from this world of suffering must take a leap into the world of liberation. How can you describe to a blind person about colors? Just like after turning on a light, you see all things anew, and you don't worry about truth or untruth anymore. Truth and untruth are the stories of the old world, not belonging to the unspeakable world in front of your eyes now. How can you explain the turning on of a light? Just a snap of a finger? That is why some Zen masters said that the Way must be a pathless way. Because all things, including the Way, are empty in nature, Zen Master Tinh Khong said, "Wise persons don't realize the Way." Still, you should be careful. After seeing the emptiness nature of all things, you still have to practice rigorously – old habits take time to fade out, and your eyes take time to see the new world more clearly.

Also, meditation is the insight of the present realized, this moment of time instantly and continuously vanishing in the river of impermanence. Don't wait for some realization that you dream of. In meditation, there exists not a trace of eyes, ears, nose, tongue, body, and mind; also in meditation, there is no future to wait for, there is no past to treasure, and there is no present to cling to. Just relax, and be mindful. You don't need to turn on anything because the light of insight is already on.

Some Zen masters say that you should practice the Dana Paramita, i.e., cultivate the Perfect Generosity. When it is said that you should give away all the things you have --- including your parents, your spouse, your children, your body, your mind, etc. --- it means that you should never cling to anything of the skandhas (form, feelings, perceptions, mental volition, and consciousness) in the past, present and future. It also means that you should live with no roof over your head and no land under your feet.

--- ---

HÃY CÓ TRÍ TUỆ

Người trí không ngộ đạo,
Ngộ đạo tức kẻ ngu.
Khách nằm thẳng duỗi chân,
Nào biết ngụy và chơn.

TỊNH KHÔNG (? - 1170) – Bản dịch HT Thanh Từ

GHI NHẬN: Khi bạn thấy tánh không trong vạn pháp, bạn biết đạo không thể diễn tả bằng lời, và học nhân từ thế giới đau khổ này phải nhảy vào cảnh giới giải thóat. Làm sao bạn có thể mô tả cho một người mù về màu sắc? Y hệt như sau khi bật đèn, bạn thấy vạn pháp đều mới tinh khôi, và bạn không bận tâm về chân với vọng nữa. Chân và vọng là chuyện của thế giới cũ, không thuộc vào thế giới bất khả mô tả trước mắt bạn bây giờ. Làm sao bạn có thể nói về việc bật lên ngọn đèn? Chỉ một cái búng tay? Đó là lý do vì sao một vài thiền sư nói Đạo phải là con đường không lối đi. Bởi vì vạn pháp, kể cả Đạo, trong tự tánh là rỗng rang, nên Thiền sư Tịnh Không nói, "Người trí không ngộ đạo." Dù vậy, bạn phải cẩn trọng. Sau khi thấy tánh không của vạn pháp, bạn vẫn phải thiền tập ráo riết – các thói quen cũ cần thời gian để nhạt đi, và mắt bạn cần thờI gian để nhìn cảnh giới mới rõ ràng hơn.

Thêm nữa, thiền là cái nhìn quán chiếu vào cái hiện tiền hiển lộ, và cái khoảnh khắc của hiện tại này, tức khắc và liên tục, biến mất vào dòng sông vô thường. Đừng chờ bất cứ chứng ngộ gì bạn mơ tưởng. Trong thiền định, không có mảy may nào của mắt, tai, mũi, lưỡi, thân và ý; cũng trong thiền, không có tương lai nào để chờ đợi, không có quá khứ nào để trân quý, và không có hiện tại nào để bấu víu. Hãy thoải mái, và hãy tỉnh thức. Bạn không cần phải bật lên thứ gì cả, vì ánh sáng quán chiếu đã bật lâu rồi.

Một vài Thiền sư thường nói rằng bạn nên tu tập Bố Thí Ba La Mật. Khi nói rằng bạn nên bố thí tất cả mọi thứ bạn có --- kể cả ba mẹ bạn, người hôn phối, con cháu, thân tâm của bạn, vv. --- có nghĩa rằng bạn không nên dính gì tới ngũ uẩn (sắc, thọ, tưởng, hành và thức) ở quá khứ, vị lai và hiện tại. Cũng có nghĩa là, bạn sống mà không một mái nhà trên đầu, và không mảnh đất nào dưới chân.

--- ---

67

NOTHING ATTAINABLE

All things are formless,
unborn, undying.
Thus, there is nothing attainable.
Thus, truly the Buddha spoke.

HAI QUYNH (1728 – 1811)

NOTE: How could we say that everything is formless? Everything is constantly changing in the wind of impermanence. Everything is essentially non-self, void, impermanent; everything has the emptiness nature. Things appear and disappear constantly. The SA 301 Sutra says that one who has the right view should not hold to the view of either existence or non-existence: when seeing things arise, one should not hold to the view of non-existence; and when seeing things vanish, one should not hold to the view of existence. The SN 12.61 Sutta says that all things arise and vanish due to causal conditions; thus, "when this exists, that exists; when this arises, that arises." In short, the poem above says that all things essentially are formless, unborn, undying. Amid the constant windstorm of impermanence, how can you say that something is attainable?

You know that you are unshackled when you understand that everything is non-self, void, impermanent.
Daoxin (580–651) asked Sengcan (?-606): "I would like to ask for the Master's compassion. Please teach me how to gain liberation."
Sengcan replied to Daoxin: "Is there someone who shackles you?"
Daoxin said: "Nobody shackles me."
Sengcan replied: "How could you want liberation when you are not shackled?"

In the SA 219 Sutra says that there is a path to Nirvana: just contemplate all things as impermanent --- the eye (and the seen), the ear (and the heard), the nose (and the smelled), the tongue (and the tasted), the body (and the bodily sensations), the mind (and the mental objects), and their accordingly arisen feelings and consciousness.

--- ---

VÔ SỞ ĐẮC

Các pháp không tướng
Chẳng sanh chẳng diệt
Bởi không chỗ được
Là thật Phật nói.

HẢI QUÝNH (1728 - 1811) – Bản dịch HT Thanh Từ

GHI NHẬN: Vì sao chúng ta nói rằng vạn pháp là vô tướng? Vạn pháp đang liên tục biến đổi trong trận gió vô thường. Mọi thứ trong cốt tủy là vô ngã, rỗng rang, vô thường; vạn pháp trong thực tánh là vô tướng. Các pháp liên tục tập khởi và biến diệt. Kinh A Hàm SA 301 viết rằng người có chính kiến không nên nắm giữ quan điểm về có hay không: khi thấy các pháp tập khởi, chớ có nắm giữ quan điểm là Vô; và khi thấy các pháp biến mất, chớ có nắm giữ quan điểm là Hữu. Kinh Tương Ưng SN 12.61 Sutta nói rằng các pháp tập khởi và tịch diệt theo luật duyên khởi; do vậy, "khi cái này có, thì cái kia có; khi cái này tập khởi, thì cái kia tập khởi." Nói ngắn gọn, bài thơ trên nói rằng vạn pháp cốt tủy là vô tướng, bất sinh, bất diệt. Trong trận bão gió vô thường liên tục, làm sao bạn có thể nói rằng có cái gì là đạt được?

Trong khoảnh khắc bạn biết bạn không bị trói buộc bởi bất cứ gì khi bạn kinh nghiệm rằng tất cả các pháp đều là vô ngã, rỗng không và vô thường.

Đạo Tín (580–651) hỏi Tăng Xán (?-606): "Con xin Hòa thượng từ bi dạy cho con pháp tu để giải thoát." Tăng Xán trả lời Đạo Tín: "Có ai trói con không?" Đạo Tín nói: "Không ai trói buộc cả." Tăng Xán đáp: "Vậy thì, sao con muốn giải thoát khi con không bị trói buộc?"

Trong Kinh A Hàm SA 219 có nói về một con đường tới Niết Bàn: hãy quán sát tất cả các pháp là vô thường --- mắt (và cái được thấy), tai (và cái được nghe), mũi (và cái được ngửi), lưỡi (và cái được nếm), thân (và cái được chạm xúc), tâm (và cái được suy nghĩ tư lường), và các cảm thọ và thức tập khởi kèm theo.

--- ---

68

STONE HORSE

The stone horse shows crazy teeth,
eats young rice leaves, neighs through days and months,
and lopes along with people on the road.
Riding on the [stone] horse, the man does not walk.

ĐẠI XẢ (1120 - 1180)

NOTE: Can a stone horse show teeth, eat grass, and neigh all the time? Even if you do all things like a crazy horse, the Buddha Nature inside your mind is unmoved like a stone. Be careful here: the Buddha Nature is true emptiness in nature.

Buddha Nature is just like the water that holds all the waves and never strays away from the waves, and just like the emptiness of the mirror that holds all the reflected images and never strays away from the reflected images.

Seeing the Buddha Nature? You can see a thought, but you can not see the nature of the mind. And when you see a thought, don't only see its tail; in other words, do not only focus on the tail of the ox. Observe the unborn mind, and see the land (of mind) before a thought arises. That is Zen.

How can a person ride a stone horse? A monk once asked his Zen master: "How could I practice correctly all day and night?" The master replied: "You have to practice like a person who has no arms and wants to win a martial arts heavyweight championship." It means that one who gets into the war against suffering has to constantly keep the mind that depends on nothing. "No arms" means the state of consciousness that has nowhere to cling to.

--- ---

NGỰA ĐÁ

Ngựa đá nhe răng cuồng,
Ăn mạ ngày tháng kêu.
Đường cái người đồng qua,
Trên ngựa không người đi.

ĐẠI XẢ (1120 - 1180) - Bản dịch HT Thanh Từ

GHI NHẬN: Một con ngựa đá có thể nhe răng, ăn cỏ, và hí hoài sao? Ngay cả nếu bạn làm mọi thứ như một con ngựa điên, Phật Tánh trong tâm bạn vẫn bất động như đá. Hãy cẩn trọng nơi đây: Phật Tánh thực sự là Tánh Không. Phật Tánh hệt như nước ôm giữ tất cả sóng và không bao giờ rời sóng, và hệt như tánh không của gương ôm giữ tất cả ảnh và không bao giờ rời ảnh.

Thấy Phật Tánh? Bạn có thể thấy một niệm, nhưng bạn không thể thấy tánh của tâm. Và khi bạn thấy một niệm, đừng chỉ thấy có mỗi cái đuôi của niệm; nói cách khác, đừng chỉ thấy cái đuôi con trâu. Hãy quán sát tâm vô sinh, và hãy thấy vùng đất [tâm] trước khi một niệm khởi lên. Đó chính là Thiền.

Làm thế nào một người cỡi ngựa đá? Một vị sư hỏi vị Thiền sư: "Làm sao con thực tập đúng được trọn ngày đêm?" Vị thầy trả lời: "Con hãy thực tập y hệt một người không có cánh tay nào và muốn thắng một giải vô địch võ thuật hạng nặng." Có nghĩa là một người bước vào cuộc chiến diệt khổ phải liên tục giữ tâm không nương tựa vào đâu cả. Nói "không cánh tay" nghĩa là trạng thái tâm thức không nơi nào để trụ vào.

--- ---

69

OUTSIDE THE SCRIPTURES

The profound Way of Buddha and Patriarchs
should be transmitted outside the scriptures.
If you want to see the distinction,
just look for the fog under the sunrise.

MINH TRÍ (? - 1196)

NOTE: Words are words, and Zen is Zen. Words can not carry the wordless, so Zen is transmitted outside the scriptures. Can reality be put into words? Still, you need scriptures, because you need a finger pointing to the moon.

When you hear a bird singing, and you try to transcribe the sounds into words, something is left outside the text. When you walk in a forest and hear birdsong around, do you feel that you are hearing your mind echoing?

Outside the scriptures? Yes. It means that the real dhamma can not be shown via words. Everything is flowing swiftly in the river of impermanence. Everything in this world, including your whole body and mind, is flowing swiftly, changing continuously, and fading instantly. Everything in this world is unique. Nobody can reconstruct exactly what you have seen, have heard, have smelled, have tasted, have felt, and have thought. You are dying constantly. Nobody can use words to point at this unique present when you are dying and your life starts anew in every moment. To show this teaching, many Zen masters sometimes point at what you have seen, or yell at you to point at what you have heard, or hit you with a stick to point at what you have felt, etc. When you see, hear, sense, perceive and bathe yourself in the river of impermanence, you are immersed in the wordless reality, from which you realize that all things are originally silent, empty and non-self.

Also, in the Ud 4.1 Sutta, the Buddha said to Meghiya that after using the mindfulness of breathing to cut off all thoughts, the perception of impermanence should be developed for the complete uprooting of the conceit 'I am'.

--- ---

GIÁO NGOẠI

Giáo ngoại nên biệt truyền,
Lâu xa Phật Tổ sâu.
Nếu người cầu phân biệt,
Ánh nắng tìm khói mây.

MINH TRÍ (? - 1196) - Bản dịch HT Thanh Từ

GHI NHẬN: Chữ là chữ, và Thiền là Thiền. Chữ không thể chở được cái không chữ, cho nên Thiền được truyền ngoài kinh điển. Bạn có thể đưa hiện thực vào chữ không? Dù vậy bạn vẫn cần tới kinh điển, bởi vì bạn cần ngón tay chỉ vào mặt trăng.

Hệt như bạn nghe tiếng chim hót, và bạn tìm cách ghi lại tất cả tiếng hót vào trong chữ, bạn biết ngay là có nhiều thứ bị bỏ rơi ngoài chữ nghĩa. Khi bạn đi bộ trong rừng, và nghe tiếng chim hót chung quanh, bạn có cảm nhận rằng bạn đang nghe tâm bạn đang vang vọng?

Bên ngoài kinh điển? Vâng. Có nghĩa là, pháp chân thực không thể mô tả bằng ngôn ngữ. Mọi thứ đang chảy xiết trong dòng sông vô thường. Mọi thứ trong thế giới này, kể cả toàn thân và tâm của bạn, đang trôi chảy xiết, đổi liên tục và tức khắc tan biến. Mọi thứ trong thế giới này đều độc đáo. Không ai có thể tái cấu trúc chính xác những gì bạn đã thấy, nghe, ngửi, nếm, cảm thọ và tư lường suy nghĩ. Bạn đang chết đi liên tục. Không ai có thể dùng lời để chỉ vào cái hiện tiền độc đáo này, khi bạn đang chết đi và đời sống bạn lại khởi đầu mới lại trong từng khoảnh khắc. Để cho thấy giáo pháp này, nhiều Thiền sư đôi khi chỉ vào cái bạn thấy, hay la hét bạn để chỉ vào cái bạn nghe, hay dùng gậy đánh bạn để chỉ vào cái bạn cảm thọ, vân vân. Khi bạn thấy, nghe, cảm thọ, nhận biết và tắm gội chính bạn trong dòng sông vô thường, bạn ngấm vào thực tại vô ngôn, từ đó bạn nhận ra rằng vạn pháp nguyên thủy là tịch lặng, rỗng rang và vô ngã.

Cũng thế, trong Kinh Ud 4.1 Sutta, Đức Phật dạy Meghiya rằng sau khi dùng pháp niệm hơi thở để chấm dứt các niệm, pháp quán niệm vô thường nên được tu tập để hoàn toàn bứng gốc cái khái niệm ngã chấp 'Tôi là'.

--- ---

70

SUN OF WISDOM

Seeing existence, you see everything exists;
Seeing non-existence, you see nothing exists.
When existence and non-existence are not established in your
mind, the sun of wisdom appears high in the sky.

TÔNG DIỄN (1640 - 1711)

NOTE: Speak neither of existence nor non-existence. When
we realize the emptiness nature of the mind, see all things as
images reflected in the mind, we have no words to say
whatsoever. Thought appears from nowhere and disappears.
Be serene, and watch your mind without a thought. Then
existence and non-existence will no longer bother you.

A famous koan asks: "What is the sound of one hand
clapping?" You know that you can hear the sound of two
hands clapping. Actually, there is no sound of one hand
clapping, and you can say that it is the soundless sound or the
sound of silence. When a sound arises and vanishes, you are
still listening, and still hearing. It means that all the sounds,
either arising or vanishing, are encompassed in your mind.
Despite all the sounds come and go, your mind is still
unmoved.

Zen masters prefer to take a bright mirror as a symbol for the
mind. When a form comes and goes, its reflected image is
seen in the mind-mirror; the reflecting nature of the mind-
mirror is still unmoved. Similarly, all thoughts, coming and
going, are encompassed in the mind-mirror, the mind is still
unmoved. Thus, the nature of the mind is bright, unmoved,
silent, empty, and non-self. When you see clearly the nature
of the mind, you immediately understand that all things are
unreal. At this moment the three poisons -- desire, hatred, and

delusion -- vaporize.

Huineng (638–713) composed this poem: "The bodhi mind originally does not have a tree [to cling to]. The bright mirror also does not have a stand [to cling to]. There is not a thing originally. Where could dust cling to?"

--- ---

MẶT TRỜI TRÍ TUỆ

Cần có muôn duyên có
Ưng không tất cả không
Có không hai chẳng lập
Ánh nhật hiện lên cao.

TÔNG DIỄN (1640 - 1711) - Bản dịch HT Thanh Từ

GHI NHẬN: Đừng nói là có hay không. Nhận ra tánh không của tâm, thấy vạn pháp như ảnh hiện trong tâm, chúng ta không có lời nào để nói. Niệm tới không từ đâu, và rồi biến mất. Hãy lặng lẽ, và hãy quan sát tâm bạn với không một niệm. Rồi có và không sẽ không làm bạn bận tâm nữa.

Một công án nổi tiếng nêu câu hỏi: "Cái gì là tiếng vỗ của một bàn tay?" Bạn biết rằng bạn có thể nghe tiếng vỗ của hai bàn tay. Thực sự, không có âm thanh của một bàn tay vỗ, và bạn có thể nói rằng đó là tiếng vô thanh hay tiếng của sự tịch lặng. Trong khi một â thanh tập khởi và biến mất, bạn vẫn đang lắng nghe và vẫn đang nghe. Có nghĩa là tất cả ăm thanh, dù tập khởi hay biến mất, được viên dung trong tâm bạn. Bất kể âm thanh tới và đi, tâm bạn vẫn bất động.

Các Thiền sư ưa dùng một gương sáng làm dụ cho tâm. Khi

một hình sắc tới và đi, ảnh phản chiếu được nhìn trong gương tâm; tánh phản chiếu của gương tâm vẫn bất động. Tương tự, tất cả các niệm, tới và đi, đều được viên dung trong gương tâm, tâm vẫn bất động. Do vậy, bạn biết rằng bản tánh của tâm là sáng chiếu, bất động, tịch lặng, rỗng rang và vô ngã. Khi bạn thấy rõ ràng bản tánh của tâm, bạn cũng thấy ngay khoảnh khắc đó vạn pháp là như huyễn, và ngay khoảnh khắc đó tam độc -- tham, sân, si --- đang bốc hơi.

Huệ Năng (638–713) làm bài kệ sau: "Tâm Bồ đề vốn không có cây [để dựa vào]. Gương sáng cũng không có đài [để dựa vào]. Xưa nay vốn không một vật. Nơi đâu bụi có thể dính vào?"

--- ---

PHẦN 8

71

FOOLISH

Autumn comes with cool air and pleases people.
The talented men look at the moon and make poems.
I am a Zen monk, feel ashamed for being foolish,
and have no words for the mind transmission.

TỊNH GIỚI (? - 1207)

NOTE: Look at the moon, and write no poems. Gently breathe in and out, gently look at the moon, and gently see the moon with your whole body. The moon is also a symbol of the mind. Gently feel the whole life around and inside you as the world is reflected in your mind. See it, hear it, smell it, touch it, taste it, know it. You will tremble blissfully when you see that the rain falling on you is actually your mind showering on you. How can you look at the moon and make poems?

We were born and we will die. We were born some decades ago and will die in a certain future. How could the Zen masters say that all things are unborn and undying? We all live in this world, weep the tears of sorrow sometimes, have the laughter of joy other times, feel the breaths coming and going endlessly, see babies being born and old people dying. How can we say all things are unborn and undying?

That is Nirvana, a state that Buddha referred to as unborn, unageing, unmade, and undying. Buddha once compared the impermanence of life to a flickering lamp and said that to live a single day realizing the deathless state was better than to live a hundred years in ignorance.

Watch your mind, and observe the state of unborn emptiness. Watch the thoughts coming and going, and observe the unmoving mind. Keep observing.

A Zen master in ancient China once blew out a candle, and his student became suddenly enlightened. What happened there? Let's see the story. Two monks had a dharma conversation. The student asked a lot of questions, heard some answers, then left when it was dark outside. The master offered a lighted candle. When the student took the candle, the master blew it out. The student became suddenly enlightened.

What did they talk about during the dharma conversation? About the unborn mind? About the unmoving mind? The day was gone, and the night was coming; what was not gone, and what was not coming? Now, look at the candle. The light was lit, and then was extinguished; what was not lit, and what was not extinguished there? Ask the ancient monks. The seeing is non-self, isn't it? Or when the student saw the light and then saw the dark, he realized that in the deathless seeing there was just the seen?

What is there to say when you look at the moon and suddenly

realize your mind is not greed, hatred, and delusion? If you open your mouth, everything changes instantly and the moon gets lost in a cloud of thoughts. If you say any word at that moment, Zen masters will use their hands to cover your mouth. Thus, just be mindful constantly and live as a foolish person who has no words to speak or sing.

--- ---

SI ĐỘN

Thu về mát mẻ thích trong lòng,
Tám đấu tài cao hát thong dong.
Cửa thiền những thẹn người si độn,
Biết lấy câu gì để truyền tâm.

TỊNH GIỚI (? - 1207) - Bản dịch HT Thanh Từ

GHI NHẬN: Hãy nhìn vào mặt trăng, và đừng làm bài thơ nào. Hãy dịu dàng thở vào và ra, hãy dịu dàng nhìn mặt trăng, hãy dịu dàng nhìn trăng với toàn thân của bạn. Mặt trăng cũng là biểu tượng của tâm. Hãy dịu dàng cảm nhận cuộc đời bao quanh và bên trong bạn như là tâm bạn đang hiển lộng. Hãy nhìn nó, nghe nó, ngửi nó, sờ nó, biết nó. Bạn sẽ run rẩy hạnh phúc khi bạn nhìn thấy rằng trận mưa đang rơi trên người bạn thực sự là tâm bạn đang mưa rào trên bạn. Làm sao bạn có thể nhìn vào trăng và làm thơ được?

Chúng ta đã sanh ra và sẽ chết đi. Chúng ta đã sanh vài thập niên trước, và sẽ chết trong một tương lai nào đó. Vì sao các thiền sư nói vạn pháp bất sanh, bất diệt? Chúng ta đều sống trong thế giới này, có những lúc khóc buồn, có những lúc cười vui, cảm nhận hơi thở vào và ra vô tận, và thấy trẻ em sinh ra đời và người già chết đi. Làm sao chúng ta có thể nói tất cả các pháp không sanh và không diệt?

Đó là Niết Bàn, một trạng thái Đức Phật mô tả là bất sinh, bất lão, vô tác và bất tử. Đức Phật từng so sánh tánh vô thường của cuộc đời như ngọn đèn lập lòe, và nói rằng sống một ngày mà chứng ngộ cảnh giới bất tử thì tốt hơn là sống một trăm năm vô minh. Hãy nhìn vào tâm bạn, và hãy thấy trạng thái của Tánh Không bất sinh. Hãy nhìn các niệm đến và đi, và hãy thấy tâm bất động. Hãy cứ nhìn hoài như thế.

Một Thiền Sư ở Trung Quốc thời xưa từng thổi tắt một cây đèn cầy, và vị môn đệ của ngài hốt nhiên giác ngộ. Chuyện gì xảy ra nơi đây? Hãy nhìn vào chuyện này. Hai vị sư vừa pháp đàm xong. Vị sư học trò đã đưa ra nhiều câu hỏi, nghe một số câu trả lời, rồi lui về khi trời đã tối. Vị thầy đưa cho ngọn đèn cầy đã thắp sáng. Khi vị môn đệ cầm cây nến, vị thầy thổi phụt tắt. Vị học trò hốt nhiên đốn ngộ.

Họ đã nói gì trong cuộc pháp đàm trước đó? Có phải về tâm bất sinh? Có phải về tâm bất động? Bây giờ, hãy nhìn vào cây đèn cầy. Ngọn lửa được thắp lên, và rồi bị thổi tắt; cái gì không được thắp lên, và cái gì không bị phụt tắt nơi đó? Hãy hỏi các vị sư thời xưa đó. Có phải đó là cái thấy, mà cái thấy này thì vô ngã? Hay là, khi học trò thấy sáng và rồi thấy tối, vị học trò chứng ngộ rằng trong cái thấy bất tử thì chỉ có cái được thấy thôi?

Bao nhiêu chữ bạn có thể nói khi bạn nhìn mặt trăng và thấy rằng ngay khoảnh khắc đó tâm bạn không còn tham sân si? Khi bạn mở miệng, mọi thứ biến đổi tức khắc và mặt trăng trôi lạc vào vầng mây của các niệm tư lường. Nếu bạn nói bất kỳ lời nào khoảnh khắc đó, các Thiền sư sẽ lấy tay bịt miệng của bạn. Do vậy, hãy tỉnh thức liên tục và sống như kẻ ngu khờ, không có lời nào để nói hay ca hát.

--- ---

72

MESSAGE

The ten thousand attachments are already cut; this one body is at ease.
Living for over forty years, I see life is just a long dream.
My message to all is, don't ask anymore.
The other side is the infinite – with moon and winds.

PHÁP LOA (1284 - 1330)

NOTE: Is this life a long dream? Even after we wake up? What is the difference between the dreams you had last night and the years in your childhood? Do you feel that you are reincarnating every morning after sleep? Do you feel that you are reincarnated after each breath? Then, observe who is truly the person that you are among millions of the persons that you've been. There is no real you -- just like there is no real bubble among millions of bubbles forming and popping in the ocean. Is there something called the infinity? Is there something called the infinity threading all millions of persons you've been? You know you are changing endlessly. And you know you are the moving group of "form, feeling, perception, fabrications, and consciousness" each of which is influenced by the constantly changing causal conditions. Let's breathe in and out gently, and observe the working of the mind. If there is the infinity, it must be there, neither coming nor going.

Don't give it a name.

Is there an instant way to enlightenment? Yes, there is. You may see all the Four Noble Truths right at the moment you see one of those four. The Four Noble Truths are suffering, the origin of suffering, the cessation of suffering, and the path that leads to the cessation of suffering. The SN 56.30 Sutta says that one who sees one of the Four Noble Truths also sees all the four.

How could a practitioner see all the Four Noble Truths in an instant? Zen masters say that you can suddenly attain enlightenment if you practice watching your mind to see the origin of suffering, i.e., the second noble truth. You know that suffering arises from craving; thus, you watch your mind to see the origin of craving. Zen says that you will attain enlightenment right at the moment you kill your parents (from which the father is ignorance and the mother is craving). Some Zen masters raise this question: "What is your face before your parents were born?" Actually, you don't need to practice koan; you can burn all the books about koans. You just need to watch your mind day and night to see the process of thinking and watch the space before a thought arises. In case a thought arises, it will instantly disappear when you see it. You will see that the existence (of thought or anything else) and the non-existence (of thought or anything else) are both encompassed in the emptiness nature of the mind; just neither cling to existence nor non-existence. In other words, it is just like peeling an onion or taking off the sheaths of a banana tree until nothing remains in your mind.

Someday, you will directly realize the emptiness of self and of phenomena, inwardly and outwardly. Is the mountain in front of your house or the birdsong outside real or unreal? Zen practitioners don't worry about this question; they only regard that mountain as what they see, and regard the birdsong as what they hear. The emptiness that encompasses all things is also called as "the true person of no rank."

--- ---

LỜI NHẮN

Muôn duyên cắt đứt, một thân nhàn
Hơn bốn mươi năm giấc mộng tràng
Nhắn bảo mọi người thôi chớ hỏi
Bên kia trăng gió rộng thênh thang.

PHÁP LOA (1284 - 1330) - Bản dịch HT Thanh Từ

GHI NHẬN: Cuộc đời là một giấc mơ dài? Ngay cả sau khi chúng ta thức dậy? Những gì khác nhau giữa các giấc mơ bạn có đêm qua và những năm thơ ấu của bạn? Bạn có cảm thấy rằng bạn đang tái sinh mỗi buổi sáng sau giấc ngủ? Bạn có cảm thấy rằng bạn đang tái sinh trong từng khoảnh khắc sau hơi thở? Rồi thì, hãy quan sát xem bạn thực sự là ai trong số hàng triệu nhân vật mà bạn là trong đời. Không có một cái bạn thực nào – y hệt như, không có một bọt nước thực nào giữa hàng triệu bọt nước thành hình và vỡ ra trên mặt biển. Có cái gì gọi là vô tận không? Có cái gì gọi là cái vô tận xuyên suốt hàng triệu nhân vật mà bạn đã từng là hay không? Bạn biết, bạn đang biến đổi vô tận. Và bạn biết bạn là một tổ hợp đang di động của "sắc, thọ, tưởng, hành và thức" mà từng thành phần trong nhóm lại bị tác động của các điều kiện duyên khởi biến đổi liên tục. Hãy thở vào và thở ra dịu dàng, và quan sát vận hành của tâm. Nếu có cái vô tận, nó phải ở đó, không đến không đi. Đừng đặt tên cho nó.

Có một pháp nào để tức khắc giác ngộ? Vâng, có. Bạn có thể thấy toàn bộ Tứ Thánh Đế ngay ở khoảnh khắc bạn thấy một trong tứ đế đó. Tứ Thánh Đế là khổ, nguồn cội khổ, tịch diệt khổ, con đường (Bát Chánh Đạo) diệt khổ. Kinh SN 56.30 viết rằng ai nhìn thấy một trong Tứ Thánh Đế cũng thấy toàn bộ cả bốn.

Làm sao một người tu có thể thấy Tứ Thánh Đế trong một khoảnh khắc? Các Thiền sư nói rằng bạn có thể hốt nhiên giác ngộ nếu bạn quán sát tâm bạn để xem cội nguồn của khổ, tức là, thánh đế thứ nhì. Bạn biết rằng khổi tập khởi từ tham dục; do vậy, bạn nhìn tâm để xem cội nguồn tham dục. Thiền nói rằng bạn sẽ giác ngộ ngay khi bạn giết ba mẹ (trong đó, ba là vô minh, mẹ là tham ái). Một vài Thiền sư nêu câu hỏi: "Hãy cho xem khuôn mặt của bạn trước khi ba mẹ bạn sinh ra?" Thực sự, bạn không cần tập công án; bạn có thể đốt tất cả sách về công án. Bạn chỉ cần nhìn vào tâm bạn ngày đêm để quan sát tiến trình niệm và nhìn xem nơi trước khi một niệm khởi. Khi một niệm khởi, nó sẽ tức khắc biến mất khi bạn nhận ra nó. Bạn sẽ thấy rằng Hữu (hiện hữu của niệm hay bất cứ gì) và Vô (không có niệm hay bất cứ gì) đều được bao trùm trong không tánh của tâm; hãy nhớ đừng chấp vào Hữu hay Vô. Nói cách khác, nó y hệt như bóc vỏ hành hay lột các lớp vỏ cây chuối cho tới khi không còn gì bám trong tâm.

Rồi một ngày, bạn sẽ trực tiếp chứng ngộ không tánh của tâm và vạn pháp, nội xứ và ngoại xứ. Ngọn núi trước nhà bạn hay tiếng chim hót ngoài nhà có thực hay huyễn? Người tu Thiền không bận tâm về câu hỏi đó; họ chỉ xem núi kia như cái họ thấy, và xem tiếng chim hót như cái họ nghe. Cái không tánh bao trùm tất cả cũng được gọi là "Vô vị chân nhân."

--- ---

73

DHARMA HEIR

One who understands that the Great Way has no words,
will enter the gate of non-duality,
and complete the countless teachings.
Who will be that future dharma heir?

TINH TUYEN (1674 – 1744)

NOTE: Non-duality means the middle path. The unwise have the wrong views that the world is either existence or non-existence, both of which are extreme views that make them either cling to the world or reject the world. The right view is the middle path. When you see things arise, you know there is no non-existence in the world; and when you see things vanish, you know there is no existence in the world. It's just like a cloud in the sky. When a cloud forms in the sky, you know there is no non-existence of any cloud in the sky; and when a cloud vanishes, you know there is no existence of any cloud in the sky. You know the vast sky encompasses both those states of existence and non-existence. And you know the sky which is the vast emptiness does not move despite all the clouds appearing and disappearing. The sky is always in the state of non-duality. The sky symbolizes your mind, and the clouds symbolize the states of consciousness.

Thus, watching a cloud form and dissipate gives you a lesson of impermanence, one of the dharma seals; hearing a soundscape of birdsong arise and vanish gives you a lesson of impermanence, one of the dharma seals. All are encompassed in the silent vast emptiness of the sky. Now it's time for you to watch your mind.

The SN 35.92 Sutta explains the duality: It is the eye and what you see, the ear and what you hear, the nose and what you smell, the tongue and what you taste, the body and what you feel from touches, the mind and what you think. You are tied to this world of duality, which you are attracted to its pleasing sensation and are repelled from its painful sensation. When you try your best to step out of that world of duality, and when your mind escapes from greed and hate, you will attain Nirvana.

A monk asked his Zen master: "What should I do to gain enlightenment?"
The master replied: "Nothing should be done." How can we understand this answer? You should put the answer into the context of that world of duality. If you think you are doing something, you are sinking deeper into the world of duality. When you are doing nothing, that means you are walking, standing, sitting and lying down with a new world in which there is only the seen, the heard, etc. and there is no eye, no ear, etc.

--- ---

NGƯỜI NỐI DÒNG PHÁP

Đạo cả không lời
Vào cửa chẳng hai

Pháp môn vô lượng
Ai là kẻ sau.

TÍNH TUYỀN (1674 - 1744) – Bản dịch HT Thanh Từ

GHI NHẬN: Bất nhị nghĩa là con đường trung đạo. Kẻ kém trí có tà kiến rằng thế giới hoặc là Hữu (Có) hoặc là Vô (Không), cả hai quan điểm này đều là cực đoan sẽ làm cho họ hoặc là dính mắc vào thế giới hoặc là xua đẩy ra. Chánh kiến là đường giữa. Khi bạn thấy các pháp tập khởi, bạn biết là không có Không trong thế giới, và khi bạn thấy các pháp biến mất, bạn biết không có Hữu trên thế giới. Y hệt như một đám mây trên bầu trời. Khi mây xuất hiện trên bầu trời, bạn biết không thể nói là không có mây; và khi mây tan, bạn biết không thể nói là có mây trên bầu trời. Bạn biết bầu trời mênh mông bao trùm cả hai trạng thái Có và Không Có. Và bạn biết bầu trời đó, vốn là cái Không mênh mông, vẫn bất động bất kể mây hiện và tan. Bầu trời luôn luôn ở trạng thái bất nhị. Bầu trời biểu tượng cho tâm bạn, và các đám mây biểu tượng các trạng thái ý thức.

Như thế, nhìn thấy mây hiện và tan sẽ cho bạn bài học về vô thường, một trong các pháp ấn; khi nghe tiếng chim hót trổi lên và tan biến sẽ cho bạn bài học về vô thường, một trong các pháp ấn. Tất cả được bao trùm trong cái tịch lặng, mênh mông Không Tánh của bầu trời. Bây giờ tới lúc bạn nhìn vào tâm vậy.

Kinh SN 35.92 Sutta giải thích về thế giới nhị nguyên: đó là mắt và cái được thấy, tai và cái được nghe, mũi và cái được ngửi, lưỡi và cái được nếm, thân và cái được chạm xúc, tâm và cái bạn suy nghĩ tư lường. Bạn bị buộc vào thế giới nhị nguyên này, bị lôi cuốn vì cảm thọ vui sướng và chống kháng lại vì cảm thọ đau buồn. Sau khi bạn tận lực bước ra khỏi thế giới nhị nguyên này, và tâm bạn rời xa tham và sân, bạn sẽ thành tựu Niết Bàn.

Một nhà sư hỏi vị Thầy: "Con nên tu thế nào để giác ngộ?" Thầy đáp: "Không có gì nên làm cả." Chúng ta hiểu lời đáp đó thế nào? Bạn nên đặt câu trả lời này vào ngữ cảnh của thế giới nhị nguyên kia. Nếu bạn nghĩ rằng bạn đang làm cái gì đó, bạn đang lún sâu hơn vào thế giới nhị nguyên đó. Khi bạn không làm gì cả, nghĩa là bạn đang đi, đứng, ngồi và nằm với một thế giới mới trong đó chỉ có cái được thấy, cái được nghe, vân vân, và trong đó không có mắt, không có tai, vân vân.

74

SEEKING THE MIND

Holding a drum at the waist, facing skilled listeners,
and relaxing both hands, I beat the drum of mind.
Tapping, tapping, seeking the mind, I see the mind is the
tapping sound.
Seeking the mind, hearing the mind tapping, I tap to seek the
mind.

Drumming sound composes rhymes, and the wind in cypress
trees responds.
Tapping the mind -- the way of the mind is to be serene and
reflective.
Always liberally, the bright moon and the cool wind exist
there.
Now you know you can not find the mind; stop seeking the
mind.

Stop, stop! Now you know the mind can not be found.
Even if you could find the mind, that is not the true mind.
Carrying a luminous lamp and asking for the fire, you turn things upside down.
You'd better stand in front of the window and sing a song.

THANH ĐÀM (~ 19th century)

NOTE: It is so much fun to enter the gateless gate. It is so much fun to enjoy the enlightenment. Get enlightenment first, then you will see that beating a drum, singing a song, or dancing crazily is not different from sitting still. Some people mistake Zen for some methods of relaxation meditation, and can not see the difference. Don't make this mistake; however, you can bring a dragon-killing sword into a kitchen to chop vegetables.

Now we know that there is neither a self (or soul) in a human being nor any permanent essence in phenomena. Zen masters only mind about the way to recognize the emptiness nature of the mind and all things else. After a practitioner experiences a profound realization of the emptiness nature, this person will see the fading of the three poisons (greed, hatred, and delusion).

Zen masters put aside many useless questions. Actually, the Buddha put aside many questions that could not help his disciples to cross the ocean of suffering. The SN 44.10 Sutta says that the Buddha kept silent, did not reply to the wanderer Vacchagotta, who asked the Buddha two questions, "Is there a self?" and "Is there no self?"

The MN 63 Sutta also says that the Buddha kept silent on the fourteen questions, and said that he only helped to remove the poisoned arrows and cure the injured. Later, some Mahayana masters developed the doctrine of Tathagatagarbha, which says that the state of an eternal, imperishable Buddhahood should be called the True Self. This is a very different story.

The famous scholar Pei Xiu was a student of the Zen master Huang Po (?-850), an influential Chinese master of Zen during the Tang Dynasty. One day Pei Xiu saw a drawing depicting a high respectable monk on a wall of the temple. Pei Xiu asked his master: "The drawing is here. Where is that high respectable monk now?" Huang Po called Pei Xiu by name loudly: "Pei Xiu!" Pei Xiu replied: "Yes." Huang Po asked: "Where?"

That story showed that Pei Xiu raised a metaphysical question about a high respectable monk who had passed away. Pei Xiu expected an answer from his teacher about something mystical or religious. The Zen master Huang Po, however, pushed Pei Xiu back into the "here and now" with a loud voice, and pointed at the hearing. The lesson from Huang Po is that: just be mindful constantly, and pay attention to the present with your six senses and their objects.

--- ---

TÌM TÂM

Ngang lưng đeo trống đối tri âm,
Duỗi thẳng hai tay, đánh trống tâm.
Tập tập tìm tâm, tâm tất tập,
Tìm tâm, tâm tập, tập tìm tâm.

Âm thanh hợp vận, âm trùng họa,
Tịch chiếu tâm tông, tức tập tâm.
Trăng sáng, gió thanh thường tự tại,
Tìm tâm chẳng được, nghỉ tìm tâm.

Thôi nhé, tâm ta chẳng thể tầm,
Tìm tâm dẫu được, chẳng chân tâm.
Mang đèn xin lửa thêm điên đảo,
Thà đứng bên song hát khúc ngâm.

THANH ĐÀM (~ 19th century) - Bản dịch HT Thanh Từ

GHI NHẬN: Sẽ rất vui khi bước vào cửa không cửa. Sẽ rất vui khi vui hưởng giác ngộ. Hãy giác ngộ trước, rồi bạn sẽ thấy rằng đánh trống, hát một ca khúc, hay nhảy múa tưng bừng thì không khác gì với ngồi lặng lẽ. Một số người nhầm lẫn Thiền với vài pháp định thư giãn, và không thể thấy dị biệt. Đừng nhầm như thế; tuy nhiên, bạn vẫn có thể mang thanh kiếm giết rồng vào nhà bếp để xắt rau vậy.

Bây giờ chúng ta biết rằng không hề có cái tự ngã (hay linh hồn) nào trong thân người, và cũng không có tự ngã bất biến nào trong các hiện tượng. Các Thiền sư chỉ bận tâm về cách nhận ra Không tánh trong tâm và vạn pháp. Sau khi một người đạt kinh nghiệm chứng ngộ thâm sâu cái Không tánh, vị này sẽ nhìn thấy nhạt dần đi tam độc (tham, sân, si).

Các Thiền sư gác qua một bên nhiều câu hỏi vô ích. Thực sự, Đức Phật đã gác qua một bên nhiều câu hỏi mà các câu này không giúp đệ tử của ngài vượt qua biển khổ. Kinh SN 44.10 Sutta ghi rằng Đức Phật im lặng, không trả lời du sĩ Vacchagotta, người hỏi Đức Phật hai câu hỏi, "Có một ngã nào chăng?" và "Không có ngã nào chăng?"

Kinh MN 63 Sutta cũng ghi rằng Đức Phật im lặng đối với 14 câu hỏi, và nói rằng Ngài chỉ giúp gỡ bỏ các mũi tên tẩm thuốc độc và để chữa người bị thương. Về sau, một số vị Thầy Đại Thừa khai triển lý thuyết Như Lai Tạng, trong đó nói rằng cảnh giới Phật bất hoại và thường trụ nên gọi là Chân Ngã. Đây lại là câu chuyện khác.

Học giả nổi tiếng Bùi Hưu là học trò của Thiền sư Hoàng Bá (?-850), một vị thầy Trung Hoa của Thiền Tông thời nhà Đường.
Một hôm Bùi Hưu nhìn thấy một hình vẽ một vị cao tăng trên tường nhà chùa. Bùi Hưu hỏi thầy: "Hình ở đây. Còn cao tăng ở đâu bây giờ?"

Hoàng Bá gọi tên Bùi Hưu: "Bùi Hưu!"

Bùi Hưu đáp: "Dạ."

Hoàng Bá hỏi: "Ở đâu?

Câu chuyện cho thấy Bùi Hưu nêu lên một câu hỏi siêu hình về một vị cao tăng, người đã qua đời. Bùi Hưu mong đợi câu trả lời từ vị thầy về một điều huyền bí hay tôn giáo. Tuy nhiên, Thiền sư Hoàng Bá đẩy Bùi Hưu về lại cái "bây giờ và ở đây" với tiếng gọi lớn, và chỉ vào cái đang nghe. Bài học từ Hoàng Bá là: hãy tỉnh thức liên tục, và chú tâm vào hiện tại với sáu căn và đối tượng của sáu căn.

--- ---

75

NOT A WORD

Understanding the mind and body completely, you will open the eye of wisdom, transform profoundly, and reveal the auspicious appearances.
While walking, standing, sitting and lying down, you will stay peaceful effortlessly, and perform many roles in life amazingly.
Appearing plentifully in front of you, everything in the world is actually seen as emptiness in your mind.
With nothing in the world comparable to, the sacred light illuminates endlessly.
The unthinkable meanings are professed constantly; however, there are no suitable words.

NGUYỆN HỌC (? - 1174)

NOTE: There are no suitable words? Many Zen masters don't use words. Some prefer to keep silent, while some others threaten to punch those who ask for words. Do you see the mountain out there? Observe it, just observe the mountain. Because your mind has no form, now you see your mind manifesting in the form of that mountain. Because you are non-self, now you see you are what you see, and also you see you are what is seen. Your mind is a mirror. Sometimes you see that, but you rarely recognize that moment. Sometimes you stop by a meat market, see a butcher chopping a chicken, and feel that you are the chicken being chopped apart.

When you undergo a deep experience of the emptiness nature of all things, it is said that you achieve great enlightenment or, in other words, a great death. From then on, you realize constantly that everything in the world, inwardly and outwardly, is unreal, non-self, and impermanent. Your mind, however, still has some habits from the past, and it takes some time to drop all the conditioned burden. Thus, a man who just undergoes a great death is advised that he should not go by night, and should return to life in daylight. The daylight means that this person already has a sharp eye, and does not grasp whatever he sees, hears, smells, tastes, touches and thinks. This person conforms to the Suchness of all things.

The Sn 4.6 Sutta (Jara Sutta) says that a wise person is not affected by anything he sees, hears or perceives; this person also does not interpret, or construe, or conceive upon anything he sees, hears or perceives.

--- ---

KHÔNG MỘT LỜI

Thân tâm liễu ngộ mắt tuệ mở,
Biến hóa linh thông bày tướng báu.
Đi đứng ngồi nằm riêng vững vàng,
Hóa thân ứng hiện đâu tính được.
Mặc dầu đầy dẫy cả hư không,
Xem ra nào thấy có tướng gì.
Thế gian không có vật để sánh,
Thường hiện linh quang sáng khắp nơi.
Luôn luôn diễn nói không nghĩ bàn,
Không có một lời cho thỏa đáng.

NGUYỆN HỌC (? - 1174) - Bản dịch HT Thanh Từ

GHI NHẬN: Không một lời thỏa đáng? Nhiều Thiền Sư không dùng lời. Một số vị ưa giữ im lặng hơn, và một số khác đe dọa đánh những ai hỏi tìm lời. Bạn có thấy ngọn núi ngoài kia không? Hãy nhìn nó, hãy nhìn ngọn núi. Bởi vì tâm bạn không hình tướng, bây giờ bạn thấy tâm bạn hiển lộ trong hình tướng ngọn núi đó. Bởi vì bạn là vô ngã, bây giờ bạn thấy rằng bạn là cái bạn thấy, và cũng vậy bạn thấy rằng bạn là cái được thấy. Tâm bạn là một tấm gương. Đôi khi bạn thấy như thế, nhưng bạn hiếm khi nhận ra khoảnh khắc đó. Đôi khi bạn ghé vào một tiệm bán thịt, thấy một anh thợ chặt một con gà, và bạn trực cảm rằng bạn là con gà đang bị chặt rời ra đó.

Vào lúc bạn trải qua một kinh nghiệm sâu sắc về Không tánh trong vạn pháp, còn gọi là bạn đại ngộ, hay cách khác, bạn vừa qua cơn chết lớn. Từ đó, bạn sẽ thường trực nhận rõ mọi thứ trong thế giới, trong và ngoài, là như huyễn, vô ngã và vô thường. Tuy nhiên, tâm bạn vẫn còn một vài thói quen quá khứ, và cần thời gian để buông hết gánh nặng hữu vi. Như thế, một người vừa trải qua cơn chết lớn được khuyên rằng không nên đi ban đêm, và nên chờ ban ngày mà trở lại đời sống. Ánh sáng ban ngày có nghĩa là người này đã có mắt sáng, và không nắm giữ bất cứ những gì thấy, nghe, ngửi, nếm, chạm xúc và tư lường suy nghĩ. Người này sống tương ưng với tánh Như Thị của vạn pháp.

Kinh Sn 4.6 Sutta (Jara Sutta) dạy rằng một người trí tuệ không bị ảnh hưởng bởi bất cứ gì người này thấy, nghe hay nhận biết; người này cũng không diễn giải, suy tìm ý nghĩa, biện luận tư lường trên bất cứ những gì người này thấy, nghe hay nhận biết.

--- ---

76

THE THREE STUDIES

You all become monks and nuns because you are tired of birth and death. Leaving parents, spouses, and children, you leave home to seek the Way and revere Buddha as the holy teacher. To follow the shortcut path of Buddhas now is to follow the teachings from sutras. And sutras teach only the three studies -- discipline, meditation, and wisdom. The Commentary on Liberation says, "The practice of discipline, meditation and wisdom is called the Way of Liberation." Discipline is abiding in noble deportment. Meditation is having a mind undisturbed. Wisdom is having a mind that sees the truth.

TRẦN THÁI TÔNG (1218 - 1277)

NOTE: The three studies -- discipline, meditation, and wisdom – say nothing about koan practice. It's true that Buddha did not teach the koan practice. Also, many Zen monasteries these days don't teach the koan practice. But Zen is life, and life is full of koans. Actually, you are facing koans anywhere and anytime. Sometimes someone calls you by name, and you suddenly see that you have no name. Sometimes you watch a mountain, and suddenly see that you are the mountain. Sometimes a flower falls in front of you, and you suddenly see that you are already dead. Sometimes you are walking, and suddenly see that every step is truly the emptiness. You don't need to do koan practice formally; however, koans are part of your life already. Koan is in your every breath; just feel it with your whole body and mind.

You can access a koan with a mind full of doubt; in this state of mind, every thought will vanish almost right at the moment it arises. With full of doubt, you only know that you don't know, and know that you are encompassed by the koan. Your whole body are immersed in the koan, pushing your mind into a state of unknown, from which not a thought from the three poisons arises in your mind. Some day, you will realize the emptiness nature of mind and phenomena.

Actually, the Buddha taught a method of contemplation that is similar to the practice of koan. The SN 22.95 Sutta says that a person will see everything from the five aggregates (form, feelings, perceptions, formations, and consciousness) as completely void, hollow, and insubstantial if this person carefully inspects, ponders and investigates it. The similarity is here: Just observe and investigate attentively everything that comes up in your mind and realize its emptiness nature.

In fact, if you mindfully listen to the soundscape around you, you will easily realize the emptiness nature of what you hear. Similarly, if you mindfully watch a passing rainstorm, you would easily realize the emptiness nature of what you see. Similarly, if you mindfully smell the aroma of freshly brewed coffee, mindfully taste a bit of cake, mindfully touch your forehead to feel the temperature, mindfully think of where you should travel next year, you would easily realize the emptiness nature of all of your mind's and body's responses. Just constantly realize that.

--- ---

GIỚI ĐỊNH TUỆ

Phàm tất cả người tu hành đều do hai việc: chán sanh, tử. Bỏ cha mẹ, vợ con, xuất gia cầu đạo, phụng thờ đức Phật làm thầy. Noi theo đường tắt của chư Phật, chỉ có kinh mà thôi. Song trong kinh nói ra, duy giới, định, tuệ. Luận Giải Thoát nói: "Giới, định, tuệ gọi là đạo giải thoát." Giới là nghĩa oai nghi. Định là nghĩa chẳng loạn. Tuệ là nghĩa giác tri.

TRẦN THÁI TÔNG (1218 - 1277) - Bản dịch HT Thanh Từ

GHI NHẬN: Tam học – giới, định và tuệ -- không nói gì về tham công án. Sự thật là Đức Phật không dạy tham công án. Thêm nữa, nhiều Thiền viện bây giờ không dạy tham công án. Nhưng Thiền là đời sống, và đời sống thì đầy khắp công án. Thực sự, bạn gặp công án ở mọi nơi và mọi thời. Đôi khi có ai gọi tên bạn, và bạn hốt nhiên thấy rằng bạn không có tên. Đôi khi bạn nhìn ngọn núi, và hốt nhiên thấy rằng bạn là ngọn núi. Đôi khi một cánh hoa rơi trước mặt bạn, và bạn hốt nhiên thấy rằng bạn đã chết. Đôi khi bạn đang đi bộ, và hốt nhiên thấy rằng từng bước thực sự là tánh không. Bạn không cần chính thức tham công án; tuy nhiên, công án đã là một phần trong đời của bạn. Công án nằm trong từng hơi thở của bạn; hãy cảm nhận như thế với toàn thân và tâm.

Bạn có thể tiếp cận một công án với một tâm đầy nghi tình; trong trạng thái tâm này, tất cả các niệm sẽ biến mất gần như ngay khi vừa khởi. Với đầy nghi tình, bạn chỉ biết rằng bạn không biết, và biết rằng bạn được bao trùm trong công án. Toàn thân tâm bạn ngấm vào công án, nơi tâm bạn dần tới trạng thái của không biết, nơi đó không một niệm nào từ tam độc khởi trong tâm bạn. Sẽ tới ngày, bạn sẽ nhận ra Không tánh của tâm và vạn pháp.

Thực sự, Đức Phật đã dạy một phương pháp thiền quán tương tự như thiền công án. Kinh SN 22.95 Sutta ghi rằng một người sẽ thấy tất cả các pháp trong ngũ uẩn (sắc, thọ, tưởng, hành, thức) là hoàn toàn Không tánh, rỗng ruột và không có bản tánh nào nếu người này cẩn trọng khảo sát, nghiền ngẫm kỹ và điều tra nó. Tương tự là ở đây: Hãy quan sát và khảo sát chăm chú bất cứ gì khởi lên trong tâm và nhận ra Không tánh của nó.

Thực vậy, nếu bạn tỉnh thức lắng nghe âm thanh quanh bạn, bạn sẽ dễ dàng nhận ra Không tánh trong những gì bạn nghe. Tương tự, nếu bạn tỉnh thức nhìn một trận mưa giông lướt qua, bạn dễ dàng nhận ra Không tánh trong những gì bạn thấy. Tương tự, nếu bạn tỉnh thức ngửi mùi cà phê mới pha, tỉnh thức nếm chút bánh, tỉnh thức sờ vào trán xem nhiệt độ, tỉnh thức nghĩ về nơi bạn nên du lịch năm tới, bạn sẽ dễ dàng nhận ra Không tánh của mọi thứ mà thân tâm bạn phản ứng. Hãy thường trực nhận ra như thế.

--- ---

77

ORIGINALLY EMPTINESS

The four snakes hiding in your luggage are originally
emptiness.
The five aggregates forming this high mountain are also void.
See the true nature illuminating unhindered,
and don't worry about Nirvana and the cycle of birth and
death.

DAI XA (1120 – 1180)

NOTE: Observe your body and mind, and see the emptiness nature of the four snakes and five aggregates. The four snakes symbolize the four elements which create all things: earth, characteristic of solidity; water, or fluidity; fire, or heating; and air, or motion. The four snakes are working in your body. Treat them carefully; otherwise, they will make you sick. The five aggregates symbolize the five groups making up a human being: form, feeling, perception, volition, and consciousness. The high mountain symbolizes your body and mind – all things you believe you are.

Just see the true nature of 'this high mountain' for all times, day and night, and don't mind anything else. What is the true nature of 'this high mountain'? It is void; it is originally emptiness. To see that, you don't need to do any ritual. Everything is changing instantly, everything empties itself instantly, and everything is empty in its causal condition. The Buddha once told his son, Rahula, that all things forming the body and mind should be seen with the right discernment: "This is not mine, this is not me, this is not my self."

In the EA 19.3 Sutra, the Buddha said to Sakra, the leader of gods, that one who heard, understood and cultivated the dharma of emptiness would see the emptiness nature of his body and mind, and he would drop all the notions of I and mine by understanding his feelings as impermanent and ultimately empty. The Buddha said that when a person is immersed in the insight of impermanence, his mind enters a state of thoughtlessness and fearlessness. In the state of fearlessness, his mind realizes Nirvana.

The monk Nguyễn Thế Đăng (my elder dharma brother) wrote in his article "Mùa Xuân của Hiện Tại" (The Spring of the Present): "At that moment, there is no thought, nothing recollected, and nothing in the past, present and future. A thought lasts over many moments; thus, within a moment there is no space for any thought or any image. The insight of that moment is the state of thoughtlessness, at which time there is no thought, no discrimination of here and there, and nothing related to yesterday and tomorrow."

When you are deeply mindful in the state of thoughtlessness and fearlessness, your consciousness has nowhere to cling to, has no support to grow, and has no inclination to any future rebirth; you live with the thoughtless awareness that sees things as they are, and that reflects things without any judgment or any choice. If you meditate with a mind that depends on nothing in this world or the other world, you are an outstanding person who was praised by the Buddha in the AN 11.9 Sutta.

In the SN 12.38 Sutta, the Buddha said: "If you don't intend or plan or have underlying tendencies, this doesn't become a support for the continuation of consciousness. With no support, consciousness is not established. When consciousness is not established and doesn't grow, there's no rebirth into a new state of existence in the future. When there is no rebirth into a new state of existence in the future, future rebirth, old age, and death cease, as do sorrow, lamentation, pain, sadness, and distress. That is how this entire mass of suffering ceases." (Translated by Bhikkhu Sujato)

--- ---

VỐN LÀ KHÔNG

Bốn rắn chung rương trước giờ không,
Núi cao năm uẩn đâu chủ ông.

Chân tánh sáng ngời không chướng ngại,
Niết-bàn sanh tử mặc che lồng.

ĐẠI XẢ (1120 - 1180) – Bản dịch HT Thanh Từ

GHI NHẬN: Hãy niệm thân và tâm của bạn, và thấy tánh không của bốn con rắn và năm uẩn. Bốn con rắn tượng trưng cho bốn thành tố lập ra vạn pháp: đất, hay tính chất cứng; nước, hay tính chất lỏng; lửa, hay hơi nóng; và gió, hay tính chuyển động. Bốn con rắn đang làm việc trong thân bạn. Hãy cư xử với chúng cẩn trọng; nếu không, chúng có thể làm bạn bệnh. Còn năm uẩn là năm tập hợp cấu thành một người: sắc, thọ, tưởng, hành, và thức. Núi cao tượng trưng cho thân và tâm của bạn – mọi thứ mà bạn tin là bạn.

Hãy nhìn vào thực tánh của 'núi cao này' trong mọi thời, ngày và đêm, và đừng bận tâm gì khác. Cái gì là tánh thực của 'ngọn núi cao này'? Nó là rỗng rang, nó vốn là không. Để thấy như thế, bạn không cần làm nghi lễ nào. Vạn pháp đang biến diệt chớp nhóang, vạn pháp tự làm rỗng rang chớp nhóang, vạn pháp trong tánh duyên khởi đã là không. Đức Phật một lần nói với con ngài, Rahula, rằng mọi thứ hình thành thân và tâm cần được nhìn với chánh niệm như "Cái này không phải của tôi, cái này không phải tôi, cái này không phải ngã của tôi."

Trong Kinh Tăng Nhất A Hàm EA 19.3, Đức Phật nói với Sakra, vua của chư thiên, rằng người nào nghe, hiểu và tu tập pháp không sẽ nhìn thấy không tánh trong thân tâm vị đó, và vị này sẽ buông bỏ tất cả các khái niệm về "tôi" và "của tôi" bằng cách thiền quán về cảm thọ như là vô thường và tận cùng là không tánh. Đức Phật nói rằng khi vị đó thể nhập vào các nhìn về vô thường, tâm vị này sẽ vào cảnh giới vô niệm và vô úy. Trong cảnh giới vô úy, tâm vị này sẽ chứng nhập Niết Bàn.

Nhà sư Nguyễn Thế Đăng (sư huynh của tôi), trong bài "Mùa Xuân của Hiện Tại" đã viết: "Trong khoảnh khắc đó không có tư tưởng, không có nhớ về, không có đã, sẽ và đang. Vì một tư tưởng kéo dài qua nhiều khoảnh khắc nên trong một khoảnh khắc thì không có chỗ cho một tư tưởng, một hình ảnh nào cả. Khoảnh khắc là vô niệm, không có tư tưởng, không phân biệt đây kia, không có hôm qua, ngày mai."

Khi bạn tỉnh thức sâu thẳm trong trạng thái vô niệm và vô úy, thức của bạn không dính vào nơi nào, không nương vào đâu để tăng trưởng, và không có thiên hướng tới bất kỳ cuộc tái sinh tương lai nào; bạn sống với cái biết vô niệm đang nhìn các pháp như là các pháp, và nhận biết các pháp mà không phán đoán hay chọn lựa nào. Nếu bạn thiền định với một tâm không nương tựa bất cứ gì trong thế giới này hay thế giới khác, bạn là một người rất mực xuất sắc như được Đức Phật khen ngợi trong Kinh AN 11.9 Sutta.

Trong Kinh SN 12.38 Sutta, Đức Phật nói: "Này các Tỷ-kheo, nếu chúng ta không có tư niệm, không có tư lường, không có thầm ý, thời không có sở duyên cho thức an trú. Khi nào sở duyên không có mặt thời thức không an trú. Do thức ấy không an trú và không tăng trưởng, nên trong tương lai tái hữu không sanh khởi. Do sanh khởi tái hữu không có mặt trong tương lai, nên sanh, già chết, sầu, bi, ưu, não được đoạn diệt. Như vậy là sự đoạn diệt của toàn bộ khổ uẩn này." (Bản dịch HT Thích Minh Châu)

--- ---

78

THE IRON GIRL

In this world reflecting via your mind, you have to constantly turn away from the reflections.
When your mind is completely still, it will have no relation to anything in this world.
Its essence is originally spontaneous; it reflects all things impartially.
It holds all heavens and earth, reaches far beyond humankind, nurtures all things, helps all things bring forth the spring, makes the iron girl dance, and leads the wooden human to play drums.

TRUONG NGUYEN (1110 – 1165)

NOTE: Is there any light without shadow? When you see something beautiful and cling to a thought of desire, or when you hear something offensive and raise a thought of aversion, you fall into the world of reflections which essentially are unreal, non-self and impermanent; you will get stuck in this suffering world.

You can experience this: keep breathing gently, watch your mind attentively, see the stillness in your interaction with this world at all times, and then later you would see the unborn nature of the mind, which peacefully reflects this world and depends on nothing in this world.

How can the iron girl dance? How can a wooden human play drums? Some Zen masters like to ask their guests, "Hey, guest! What makes this corpse walk?" The unborn nature makes the iron girl dance, leads the wooden human to drum, and induces a corpse to walk. That state of mind is unborn, undying, non-self, and unconditioned.

The iron girl and the wooden man mean that your consciousness should neither depend on anything in this world or the other worlds nor have an inclination to anything. Bodhidharma gave a poem to his student Huike (487–593): "Outwardly, turn away from all causal effects. Inwardly, do not have any construed thought. Keep your mind as steady as a wall. Then you can enter the Way."

Some day, Huike said that he had turned away from all causal effects. Bodhidharma replied: "Do not let yourself fall into nihilism." Huike said: "Not nihilism." Bodhidharma asked: "How can you know that is not nihilism?" Huike said: "Everything is perceived clearly and constantly. Words have no place in this state of mind." Bodhidharma said: "Thus is the dharma of mind transmission from all Buddhas. You should have no doubt."

In the DN 11 Sutta, the Buddha said that the cessation of consciousness would lead to the end of name and form, where Nirvana is realized.

--- ---

CÔ GÁI SẮT

Ở chỗ bóng trần,
Thường lìa bóng trần,
Tâm phủ lóng tột,
Cùng vật không thân.

Thể vốn tự nhiên,
Hiện vật không thiên,
Tài bằng trời đất,
Vượt cả nhân luân.
Dưỡng nuôi muôn vật,
Cùng vật làm xuân,
Đứng múa gái sắt,
Đánh trống người cây.

TRƯỜNG NGUYÊN (1110 - 1165) – HT Thanh Từ dịch

GHI NHẬN: Có ánh sáng nào mà không có bóng? Khi bạn thấy gì đó xinh đẹp và khởi niệm thèm muốn, hay khi bạn nghe lời nào kình chống và khởi niệm sân, bạn rơi vào thế giới của các ảnh chiếu trong gương tâm, mà vốn cốt tủy là như huyễn, vô ngã và vô thường; bạn sẽ kẹt trong thế giới đau khổ này.

Bạn có thể kinh nghiệm thế này: hãy giữ hơi thở dịu dàng, quan sát tâm chăm chú, thấy sự tịch lặng trong tương tác của bạn với thế giới này trong mọi lúc, và rồi sau đó bạn sẽ nhìn thấy bản tánh vô sanh của tâm, mà tánh này bình lặng phản chiếu thế giới này và không nương dựa vào bất kỳ thứ gì trong thế giới này.

Làm sao cô gái sắt múa? Làm sao người gỗ đánh trống? Một số vị thiền sư ưa thích hỏi khách tới thăm, "Chào ngài! Cái gì làm xác chết này đi tới đây?" Tự tánh vô sanh làm cô gái sắt múa, làm người gỗ đánh trống, và làm xác chết đi bộ tới. Trạng thái tâm này là bất sanh, bất diệt, vô ngã và vô lậu.

Cô gái đá và người gỗ chỉ cho thức của bạn không nên nương tựa bất cứ gì trong thế giới này hay các thế giới khác, và cũng không nghiêng về bất cứ gì. Bồ Đề Đạt Ma đã đọc một bài kệ cho môn đệ là Huệ Khả (487–593): "Ngoài lìa các duyên. Trong không nghĩ tưởng. Tâm như tường vách. Khả dĩ vào đạo."

Một hôm, Huệ Khả nói rằng sư đã lìa được các duyên. Bồ Đề Đạt Ma hỏi: "Chớ để rơi vào đoạn diệt." Huệ KHả đáp: "Chẳng thành đoạn diệt." Bồ Đề Đạt Ma hỏi: "Làm sao con nghiệm biết được là chẳng đoạn diệt?" Huệ Khả đáp: "Rõ ràng thường biết, lời nói chẳng thể đến." Tổ Bồ Đề Đạt Ma nói: "Đây là chỗ truyền tâm thể của chư Phật, chớ có hồ nghi."

Trong Kinh DN 11, Đức Phật nói rằng tịch diệt thức sẽ dẫn tới tịch diệt danh và sắc, nơi đó Niết Bàn được thể nhập.

--- ---

79

SEEING THE BUDDHA

If you want to see the Buddha, just observe sentient beings who, ignorantly, don't know that everyone has their own inner Buddha.
Remember that a Buddha never deludes sentient beings.
Being aware of the self-nature, a sentient being is Buddha; one who is not aware of the self-nature is a sentient being, not a Buddha.
Upholding the self-nature equally, a sentient being is Buddha; one who slips wickedly the self-nature is a sentient being, not a Buddha.
Your mind already has Buddha; why continue to look for Buddha elsewhere?

Thus, the sutras said, "When the mind arises, all phenomena arise; when the mind vanishes, all phenomena vanish."
Thus, unenlightened beings are Buddhas, and afflictions are Bodhi.
If your previous thought is delusional, you are an unenlightened being.
If your next thought is insightful, you are a Buddha.
If your previous thought clings to the scenes, the afflictions arise.
If your next thought turns away from the scenes, the Bodhi insight arises.

HUONG HAI (1628 – 1715)

NOTE: Should we cling to the present? Some might say living mindfully in the present is wonderful. This is true: the Buddha said that it's very rare to be reborn as a human, and it's very rare to hear the Buddha's teachings. Now we have both. Some might feel that we should not say it's wonderful now, because the Buddha urged us to escape from this burning house as soon as possible. It is true that thousands of people are killing each other in this world, millions of children are living in poverty and many in slavery, and we can feel the unhappiness anywhere we look at, even at our aging bodies.

We should not fall into sectarian arguments. One should be pragmatic. Look at your mind: everything instantly empties itself; how can we say we should stay with the so-called wonderful present? When your mind still clings to any trace, you get caught in this samsara world -- just like an ox tries to escape from the burning house through a window, with all its head and body already outside, but its tail finds no way to get through that window. In the blissful realization, there is no past, no future, no present; however, does a thought last ten thousand years?

In the Sn 5.12 Sutta, the Buddha replied to the young man Jatukannin that one who wants to give up completely birth and old age should abandon greed for sensual pleasures, neither grasp nor reject anything, wipe out all things of the past, conceive nothing for the future, and cling to nothing in the present.

The Chinese Zen Master Shenhui (684-758) said: "If your mind clings to nothing, you are sitting constantly in Nirvana. If you act without any action, you already completed the journey to the other shore." Clinging to nothing means your mind neither grasps nor rejects anything of the past, future, and present; it also means that you have entered the concentration of emptiness. Acting without any action means that you act while your mind sees neither any actor nor any action.

--- ---

THẤY PHẬT

Muốn cần thấy Phật cứ nhận nơi chúng sanh, chỉ vì chúng sanh mê không tự biết có Phật, chớ Phật đâu có làm mê chúng sanh.

Ngộ được tự tánh của mình thì chúng sanh là Phật, mê tự tánh của mình thì Phật là chúng sanh. Giữ được tự tánh của mình bình đẳng thì chúng sanh là Phật, để tự tánh mình gian hiểm thì Phật là chúng sanh. Tâm ta sẵn có Phật, còn tìm Phật nơi nào?

Nên kinh nói: "Tâm sanh thì các pháp sanh, tâm diệt thì các pháp diệt."

Phàm phu tức là Phật, phiền não tức là bồ-đề. Niệm trước mê là phàm phu, niệm sau giác là Phật. Niệm trước chấp cảnh là phiền não, niệm sau ly cảnh là bồ-đề.

Thiền Sư HƯƠNG HẢI (1628 - 1715) – Bản dịch HT Thanh Từ

GHI NHẬN: Chúng ta có nên trụ tâm vào hiện tại? Một vài vị có thể nói rằng sống tỉnh thức trong hiện tại là tuyệt vời. Điều này đúng: Đức Phật nói thân người khó được, và Phật Pháp khó nghe. Bây giờ chúng ta có cả hai. Một vài vị có thể cảm thấy rằng chúng ta không nên nói hiện tại là tuyệt vời, bởi vì Phật thúc giục chúng ta thoát ra khỏi nhà lửa càng sớm càng tốt. Sự thật là nhiều ngàn người đang giết nhau trên thế gian này, nhiều triệu trẻ em đang sống nghèo khó và nhiều em sống cảnh nô lệ, và chúng ta có thể cảm nhận sự đau khổ bất cứ nơi nào chúng ta nhìn tới, ngay cả trong tấm thân đang lão hóa của chúng ta.

Chúng ta không nên rơi vào cuộc tranh luận bộ phái. Nên cứu xét mọi thứ một cách thực dụng. Hãy nhìn vào tâm bạn: mọi thứ ngay tức khắc tự hóa thành không; làm sao chúng ta có thể nói chúng ta nên an trụ với cái gọi là hiện tại tuyệt vời? Khi tâm vẫn còn dính vào bất kỳ chút tì vết nào, bạn vẫn kẹt trong cõi luân hồi này – y hệt như một con trâu tìm cách thoát ra khỏi nhà lửa xuyên qua một cửa sổ, với toàn bộ đầu và thân đã ra ngoài rồi, nhưng đuôi thì không cách nào qua khỏi cửa sổ. Trong niềm chứng ngộ hân hoan, không hề có quá khứ, không hề có tương lai, không hề có hiện tại; nhưng, có phải một niệm kéo dài tới vạn năm?

Trong Kinh Sn 5.12 Sutta, Đức Phật trả lời chành thanh niên Jatukannin rằng người nào muốn hoàn toàn rời bỏ sinh và gia hãy nên rời bỏ lòng tham ái dục, không nắm giữ gì và cũng không chống kháng gì, phải xóa bỏ mọi thứ trong quá khứ, chớ mơ tưởng gì tương lai, và không nắm giữ gì trong hiện tại.

Thiền sư Trung Hoa Thần Hội (684-758) nói: "Vô trụ mà trụ tức là thường trụ Niết Bàn. Không làm mà làm tức đã vượt qua bờ bên kia." Không trụ vào đâu nghĩa là tâm bạn không nắm giữ và cũng không kình chống bất cứ gì trong quá khứ, hiện tại và vị lai; nó cũng có nghĩa là bạn đã vào Không tam muội. Làm mà không làm nghĩa là bạn hành động trong khi tâm bạn không thấy có ai làm và cũng không thấy có hành động làm.

--- ---

80

ALWAYS THERE

The circular sun shines bright in the sky constantly.
When the clouds mask the sun, illusions will appear.
When the wind comes and blows the clouds away,
you will see countless worlds appear in the bright shining sky.

THỦY NGUYỆT (1637 - 1704)

NOTE: Always there? The eternity? The countless worlds? Or any eternal soul? We should be careful here. Words are very slippery. The Buddha says all things are changing endlessly, and no soul ever exists. Buddha also says Nirvana is the deathless bliss; it is unborn and undying. And Nirvana is the state of mind when all the three poisons (greed, hatred, and delusion) are burnt out. Don't step on words. Just practice carefully, and watch your mind continuously. The eternity is in front of your eyes now; it has no form. Also, the sun from your mind has no past and future in itself.

Simply watch your mind. You see that the mind resides nowhere, is neither square nor round, and has neither border nor color. When you see a bird flying or hear a birdsong, you know that the mind is shown as a flying bird and some audible sound. Thus, there is not a trace of I or mine that can be found in the mind and in what you see, hear and perceive. Thus, the nature of the mind is peaceful and non-self; it is a mirror that encompasses all things and does not lean toward like or dislike. One day, the Chinese Zen master Hui Neng (638–713) heard two monks argue over a banner. The first monk said that the banner was moving while the second monk said that the wind was blowing. Hui Neng said that the correct view was that the two monks saw their minds were moving.

In the MN 62 Sutta, the Buddha urged Ven. Rahula to meditate like the wind that impartially blows away all pleasing and unpleasing sensations. Then, no thought will cling to your mind. The Buddha also urged Ven. Rahula to meditate like a space which is nowhere, which cannot be pinpointed, which impartially vanishes away all pleasing and unpleasing sensations. Then, no thought will cling to your mind.

--- ---

THƯỜNG TRỤ

Sáng tròn thường ở giữa hư không
Bởi bị mây mê vọng khởi lồng
Một phen gió thổi mây tứ tán
Thế giới hà sa sáng chiếu thông.

THỦY NGUYỆT (1637 - 1704) - Bản dịch HT Thanh Từ

GHI NHẬN: Thường trụ? Cái vô tận? Các thế giới vô lượng? Hay bất kỳ một linh hồn vĩnh cửu nào? Chúng ta nên cẩn trọng nơi đây. Chữ nghĩa rất là trơn trợt nơi đây. Đức Phật nói vạn pháp biến đổi không ngừng, và không hề có một linh hồn nào. Đức Phật cũng nói Niết Bàn là niềm an lạc bất tử, là cái bất sanh và bất diệt, và là cảnh giới của tâm khi tất cả tam độc (tham sân si) đã được đốt cháy. Đừng giẫm lên lời nói. Hãy tu tập cẩn trọng, hãy quan sát tâm liên tục. Cái vĩnh cửu đang ở trước mắt bạn, và không có hình tướng nào. Thêm nữa, cái mặt trời trong tâm bạn tự thân không có quá khứ và tương lai.

Bạn thử nhìn vào tâm xem. Tâm không ở đâu hết, không có biên giới, không màu sắc, không vuông tròn. Khi thấy một cánh chim bay xa hay nghe một tiếng chim, bạn mới biết tâm hiển lộ ra như cảnh chim bay và như tiếng nhạc. Do vậy, không hề có chút gì về "tôi" hay "của tôi" có thể dựng lập trong tâm và trong những gì bạn thấy, nghe và nhận biết. Do vậy, bản tánh của tâm là tịch lặng và vô ngã; nó là tấm gương bao trùm mọi thứ và không nghiêng lệch gì về ưa với ghét. Một hôm, Thiền sư Trung Hoa Huệ Năng (638–713) nghe hai vị sư tranh luận về một lá phướn. Vị sư đầu nói rằng lá phướn động, trong khi vị thứ nhì nói gió đang động. Huệ Năng nói rằng cái nhìn đúng đắn là: tâm hai vị sư động.

Trong Kinh MN 62, Đức Phật dạy ngài Rahula hãy thiền định như gió mà gió này bình đẳng thổi đi tất cả các cảm thọ hài lòng và không hài lòng, từ đó không niệm nào vướng mắc vào tâm. Đức Phật cũng dạy ngài Rahula là hãy thiền định như hư không mà hư không này không trụ ở nơi nào có thể chỉ ra và để bình đẳng tan biến đi tất cả các cảm thọ hài lòng và không hài lòng, từ đó không niệm nào vướng mắc vào tâm.

--- ---

PHẦN 9

81

FEELING INSPIRED

I

No one is restraining you; why do you ask for liberation?
Having no wicked thoughts, you don't need to search for
heavens.
The monkeys are resting; the horses, tired.
The man is showing signs of aging.
The cottage in the clouds is as it was years ago, and so is the
daybed for meditation.

II

Thoughts, right and wrong, are falling off like flowers in the
morning.
The notions of fame and wealth get cold in my mind as the
rain at night.
The rain is gone, the flowers stay lonely, and the mountain
becomes serene.
A bird chirps, and the spring leaves again.

TRẦN NHÂN TÔNG (1258 - 1308)

NOTE: Realize that there is nothing like "I" or "mine" in your body and mind. While sitting, standing, walking and lying down, constantly watch the river of impermanence flowing swiftly through your body and mind. When you see that everything is changing in your whole body and mind, any thought, despite good or bad, will empty itself instantly and continuously. The monkeys and horses symbolize the thoughts that run wild in the mind. The monkeys and horses finally lie down peacefully after the Zen practitioner has spent many decades for meditation and becomes an old man.

We have to be careful when talking about any "self" and rebirth. The Buddha never said: "There is no self"; the Buddha said that there was not a self in any part of the five aggregates (form, feeling, perception, volition, consciousness) which make up your body and mind.

The SN 44.10 Sutta says that the Buddha kept silent, did not reply to the wanderer Vacchagotta, who asked the Buddha two questions, "Is there a self?" and "Is there no self?"

In the MN 136 Sutta, the Buddha spoke clearly about rebirth. Anyone who commits bad deeds (e.g., killing, stealing, speech misconduct, sexual misconduct, etc.) and has wrong views will take rebirth in a bad place or in hell; vice versa, a good person who commits good deeds and has right views will take rebirth in a good place or in heavens.

There is rebirth; however, there is nobody to be reborn. Everything is non-self; however, we can not say that "there is no self."

In the MN 38 Sutta, the Buddha said that it was wrong when Bhikkhu Sati said that the same consciousness that wandered through the round of rebirths. Due to the causal condition, a consciousness dependently arises (e.g., consciousness arises from the eye and forms, on the ear and sounds, etc.) and dependently emerges with support from any of the four kinds of foods (e.g., edible food, contact, volitional thought, consciousness).

It is worth noting that in the SN 35.23 Sutta, the Buddha discussed the All, which is the eye and what is seen, the ear and what is heard, the nose and what is smelled, the tongue and what is tasted, the body and the sense of touch, the mind and mental phenomena. This is the All.

It is also worth noting that in the MN 22 Sutta, the Buddha said that it is a wrong view when someone says that the self and the cosmos are one and the same and that this person after death will be permanent, eternal, and imperishable. One should view any kind of form, feeling, perception, volition, and consciousness with the appropriate perspective: "This is not mine, I am not this, this is not my self." Also, one should not fall into the wrong view which says that this person will be annihilated.

A story from China's Zen history showed that Zen masters preferred to use many different means to show the Way. Ma Tsu (709-788) was a famous Zen master during the Tang dynasty. One day, a monk asked Ma Tsu: "Apart from the Four Sentences and beyond One Hundred Negations, please tell me directly the meaning of Bodhidharma's coming from the West."

Ma Tsu replied: "I am tired today, and can not tell you. You should ask Chih Tsang."

The monk asked Chih Tsang, who replied: "Why don't you ask our Master?"

The monk said: "The Master told me to ask you." Chih Tsang said: "I have a headache today. I can not tell you. Just ask elder dharma brother Hai." Then the monk asked Baizhang Huaihai, who answered: "About this point, I do not understand." The monk came back to Ma Tsu and told the story. Ma Tsu said: "Tsang's head is white, Hai's head is black."

It is difficult to extract the moral of this story; however, there may be some practical advice here. Ma Tsu said that he was tired, trying to push the monk back to the "here and now." That means that standing in front of the monk was a Zen master who was tired. That was a real-life scene. The monk did not understand. Again, Chih Tsang said that he had a headache, trying to push the monk back to the "here and now." That means that standing in front of the monk was a Zen master who had a headache. One who has a sharp eye could see at that moment everything from the Buddhist Scriptures vanishes instantly. Ma Tsu and Chih Tsang pushed the monk back in the here and now, pointed at the truth of suffering (a tired body, a headache), and said that they had no words for whatever meaning. The monk did not understand; so he came to see Huaihai, who said: "About this point, I do not understand." This is actually a direct answer.

That is a piece of good advice for all Zen practitioners. Just live with the mind of "don't understand." Just mindfully observe the mind of "not knowing" all the time, all day and night. Just watch attentively the state of mind of "not knowing" all the time, all day and night. Huaihai answered directly: just live attentively with the "not-knowing" mind of a baby who has no memories of the past, who always sees a new world in every moment, and who already threw away everything from the whole body and mind. Some day, you will realize the emptiness nature of the mind. The comment "Tsang's head is white, Hai's head is black" from Ma Tsu simply shows the different styles of Tsang and Hai, just like people say that the apple is red and the pear is green.

--- ---

PHÒNG NÚI KHỞI HỨNG

I

Ai trói, lại mong cầu giải thoát
Chẳng phàm, nào phải kiếm thần tiên
Vượn nhàn, ngựa mỏi, người đã lão
Như cũ vân trang một chõng thiền.

II

Phải quấy niệm rơi hoa buổi sớm
Lợi danh tâm lạnh với mưa đêm
Mưa tạnh, hoa trơ, non vắng lặng
Chim kêu một tiếng lại xuân tàn.

TRẦN NHÂN TÔNG (1258 - 1308) - Bản dịch HT Thanh Từ

GHI NHẬN: Hãy chứng ngộ rằng không có gì gọi là "tôi" hay "của tôi" trong thân tâm bạn. Trong khi nằm, ngồi, đứng và đi, hãy liên tục thấy dòng sông vô thường chảy xiết xuyên qua thân tâm bạn. Khi bạn thấy mọi thứ đang biến đổi trong thân tâm, bất kỳ niệm nào, dù lành hay dữ, tự liên tục trở thành rỗng rang tức khắc. Khỉ và ngựa là chỉ cho các niệm nhảy lung tung trong tâm. Khỉ và ngựa cuối cùng đã nằm xuống tịch lặng sau khi Thiền gia đã thiền tập nhều thập niên và trở thành một người già.

Chúng ta phải cẩn trọng khi nói về một "ngã" nào đó và tái sinh. Đức Phật không bao giờ nói: "Không hề có ngã"; Đức Phật nói không có ngã nào trong bất cứ chi phần nào trong năm uẩn (sắc, thọ, tưởngm hành, thức) mà nhóm này hình thành thân tâm bạn.

Kinh SN 44.10 Sutta nói rằng Đức Phật giữ im lặng, không trả lời du sĩ Vacchagotta, vị xin Đức Phật trả lời hai câu hỏi, "Có một ngã khônng?" và "Không hề có ngã?"

Trong Kinh MN 136 Sutta, Đức Phật nói rõ ràng về tái sinh. Bất kỳ ai làm điều bất thiện (như, sát sanh, trộm cắp, nói sai trái, tình dục sai trái, vv.) và có tà kiến thì sẽ tái sinh vào nơi xấu hay vào địa ngục; ngược lại, thiện nhân nào làm thiện pháp và có chính kiến sẽ tái sinh vào nơi tốt lành hay vào cõi trời.

Có tái sinh; tuy nhiên, không hề có ai tái sinh. Vạn pháp đều vô ngã; tuy nhiên, chúng ta không thể nói "không có ngã."

Trong Kinh MN 38 Sutta, Đức Phật rầy là sai rồi, khi tỳ khưu Sati nói là có một thức bất biến đi lang thang xuyên suốt các vòng tái sinh. Vì luật duyên khởi, thức theo duyên tập khởi (tức là, thức theo duyên tập khởi từ mắt và cái được thấy, từ tai vá cái được nghe, vv.) và theo duyên hình thành với hỗ trợ từ 4 loại thức ăn (tức là, đoàn thực, xúc thực, tư niệm thực và thức thực).

Cần ghi nhận rằng trong Kinh SN 35.23, Đức Phật nói về Tất Cả, đó là mắt và cái được thấy, tai và cái được nghe, mũi và cái được ngửi, lưỡi và cái được nếm, thân và cảm thọ chạm xúc, tâm và hiện tượng trong tâm. Đó gọi là Tất Cả.

Cũng cần ghi nhận rằng trong Kinh MN 22, Đức Phật nói rằng sẽ là tà kiến khi có ai nói rằng tự ngã và vũ trụ là một và đồng nhất và rằng người này sau khi chết sẽ là thường trụ, vĩnh viễn và bất hoại. Lời được dạy rằng hãy nên thấy bất kỳ loại nào trong sắc, thọ, tưởng, hành, thức với chánh kiến là "Cái này không phải của tôi, tôi không là cái này, cái này không là tự ngã của tôi."

Một câu chuyện từ Thiền sử Trung Hoa cho thấy các Thiền sư ưa dùng nhiều phương tiện khác nhau để chỉ pháp. Mã Tổ (709-788) là một Thiền sư nổi tiếng thời nhà Đường. Một hôm, một vị sư hỏi Mã Tổ: "Ly tứ cú và tuyệt bách phi, con xin Thầy chỉ thẳng ý Tổ sư Bồ Đề Đạt Ma từ phương Tây sang."
Mã Tổ trả lời: Hôm nay ta mệt, không thể nói cho ngươi. Ngươi nên hỏi Trí Tạng."

Vị sư hỏi Trí Tạng, được trả lời: "Sao bạn không hỏi Thầy chúng ta?"

Sư đáp: "Hỏi rồi, Thầy bảo qua hỏi huynh."

Trí Tạng đáp: "Tôi nhức đầu hôm nay, không thể nói cho ông được. Hãy hỏi sư huynh Hoài Hải."

Vị sư sang hỏi Bá Trượng Hoài Hải và được trả lời: "Về điểm này, tôi không hiểu."

Vị sư trở lại kể cho Mã Tổ. Mã Tổ nói: "Tạng đầu bạc, Hải

đầu đen."

Khó biết bài học nào vị sư có sau khi hỏi ba Thiền sư nổi tiếng trên; tuy nhiên, có thể có vài lời khuyên thực dụng nơi đây. Mã Tổ nói rằng ngài mệt, như thế là tìm cách đẩy vị sư về với "cái bây giờ và ở đây." Nghĩa là đứng trước vị sư là một Thiền sư mệt mỏi. Đó là cảnh đời thực. Vị sư không hiểu. Lần nữa, Trí Tạng nói là nhức đầu, cũng đẩy vị sư về "cái bây giờ và ở đây." Nghĩa là đứng trước vị sư là một Thiền sư nhức đầu. Ai có mắt sáng nên thấy ngay khoảnh khắc đó mọi thứ từ Kinh Phật biến mất tức khắc. Mã Tổ và Trí Tạng đẩy nhà sư về thực tại ở đây và bây giờ, chỉ vào khổ đế (thân mệt, nhức đầu) và nói rằng họ không có lời nào cho bất kỳ ý nghĩa nào. Vị sư không hiểu; nên lại tới Hoài Hải, được đáp: "Về điểm này, tôi không hiểu." Đây thực sự là câu trả lời trực tiếp.

Đó là một lời khuyên tốt cho tất cả người Thiền tập. Hãy sống với tâm "không hiểu." Hãy tỉnh thức quan sát tâm "không biết" mọi thời, trọn ngày đêm. Hãy chăm chú nhìn vào trạng thái tâm "không biết" mọi thời, trọn ngày đêm. Hoài Hải đã trả lời trực tiếp rằng: hãy sống chú tâm với tâm "không biết" của một bé sơ sanh, mà bé này không có ký ức gì từ quá khứ, luôn luôn thấy một thế giới mới trong từng khoảnh khắc, và đã quăng bỏ mọi thứ từ thân và tâm rồi. Một hôm, bạn sẽ chứng ngộ bản tánh không tánh của tâm. Lời Mã Tổ "Tạng đầu bạc, Hải đầu đen" chỉ đơn giản chỉ ra kiểu khác nhau của Tạng và Hải, y hệt như người ta nói trái táo thì đỏ và trái lê thì xanh.

--- ---

82

MOUNTAIN TEMPLE

The night is calm, and an autumn wind breezes by the
veranda.
The mountain temple leans quietly on tree shadows.
Zen is done, and the mind becomes the oneness.
The crickets chirp; for whom is the sound?

HUYỀN QUANG (1254 - 1334)

NOTE: Oneness or diversity? Living as water, or living as
millions of bubbles? The bubbles are different, forming and
popping endlessly. The water is not associated with any
measure, neither coming nor going. Then, for whom is the
sound? When your mind becomes the oneness, the sound is
you; it is your mind being manifested. In truth, we can not say
oneness or diversity. Everything is what it is. There is no
word adequate to describe when you see all things are just the
one mind. If a Zen master places a vase in front of you, and
ask you to describe what you see without giving it a name,
what would you say?

A story from China's Zen history provides some notions
about the oneness. One day, three monks --- Xue Feng, Qin
Shan, and Yan Tou --- met in a garden. Xue Feng (822-908)
pointed at a washbowl with some water in it.
Qin Shan said: "When the water is clear, the moon appears."
Xue Feng said: "When the water is not clear, the moon does
not   appear."
Yan Tou quietly used his foot to kick the washbowl over.

The moon symbolizes the mind's nature which is calm, bright
and empty. The first sentence means that when your mind is

clear, you can see, hear and perceive the emptiness nature of your mind. The next sentence means that when your mind is not clear, you can not realize the emptiness nature of your mind. And Yan Tou kicked the washbowl over to show that everything --- the washbowl, the water, the moon, the garden and all the monks in the monastery -- is actually the oneness. Inwardly and outwardly, everything is what your mind sees, hears and perceives; thus, the emptiness nature of mind encompasses everything. That is the All which the Buddha said about in the SN 35.23 Sutta.

It is noted that the historical Buddha is also regarded by many dharma masters as the supreme wisdom and immeasurable compassion. In the SN 1.26 Sutta, the Buddha said that there are four sources of light: By day, the sun radiates; at night, the moon glows; by day and at night, a fire blazes somewhere; however, the Buddha is the best of lights, beyond comparison.

Also, in Dhp verse 387, the Buddha said that there are five sources of light: By day, the sun radiates; at night, the moon glows; in armor, the king shines; in meditation, the brahman shines; at all times, by day and at night, the Buddha shines gloriously.

In the AN 1.49-50 Sutta, the Buddha said: "This mind, mendicants, is radiant. But it's corrupted by passing corruptions. This mind, mendicants, is radiant. And it is freed from passing corruptions." (Translated by Bhikkhu Sujato)

Thus, it is easy to understand the concept of Buddha-nature, which is described by many Buddhist masters as the original mind that is calm, luminous, empty, insightful, impartial and selfless.

--- ---

CHÙA NÚI

Gió thu đêm vắng thổi hiên ngoài
Chùa núi im lìm gối cỏ may
Đã được thành thiền tâm một khối
Rè rè tiếng dế gọi kêu ai ?

HUYỀN QUANG (1254 - 1334) - Bản dịch HT Thanh Từ

GHI NHẬN: Một hay nhiều? Sống như nước, hay sống như hàng triệu bọt nước? Bọt nước có nhiều kích thước lớn nhỏ khác nhau, thành hình và vỡ ra không ngừng. Nước thì không liên hệ tới bất kỳ kích thước nào, không đến không đi. Vậy rồi, âm thanh đó cho ai? Khi tâm bạn trở thành một, âm thanh đó là bạn; nó là tâm bạn đang hiển lộ. Sự thực, chúng ta không thể nói một hay nhiều. Mọi thứ thì cứ như nó là. Không có một chữ thích hợp để mô tả khi bạn thấy mọi thứ chỉ là một tâm. Nếu một Thiền Sư đặt một bình nước trước mặt bạn, và yêu cầu bạn nói mà không cho nó một tên gọi, bạn sẽ nói gì?

Một câu chuyện từ Thiền sử Trung Hoa cho thấy vài ý về tính nhất thể. Một hôm, ba vị sư --- Tuyết Phong, Khâm Sơn, và Nham Đầu --- gặp nhau trong ngôi vườn. Tuyết Phong (822-908) chỉ vào một chậu nước có nước trong đó. Khâm Sơn nói: "Nước trong, trăng hiện." Tuyết Phong nói: "Nước không trong, trăng chẳng hiện." Nham Đầu lặng lẽ lấy chân đá chậu nước đổ ra.

Mặt trăng biểu tượng cho tự tánh của tâm, mà tánh này tịch

lặng, chiếu sáng và rỗng rang. Câu đầu nói rằng khi tâm bạn trong trẻo, bạn có thể thấy, nghe và nhận biết tánh không của tâm. Câu kế tiếp nghĩa là khi tâm bạn không trong, bạn không thể nhận ra tánh không của tâm. Và Nham Đầu đá ngã chậu nước để cho thấy rằng mọi thứ --- chậu, nước, mặt trăng, ngôi vườn và tất cả các sư trong Thiền viện --- thực sự là nhất thể. Bên trong và ngoài, mọi thứ chính là cái mà tâm bạn thấy, nghe và nhận biết; do vậy, tánh không của tâm bao trùm vạn pháp. Đó là cái Tất Cả mà Đức Phật nói trong Kinh SN 35.23 Sutta.

Nên ghi nhận rằng Đức Phật lịch sử cũng được nhiều vị pháp sư dùng là biểu tượng cho trí tuệ tối thượng và tâm từ bi vô lượng. Trong Kinh SN 1.26 Sutta, Đức Phật nói rằng có bốn nguồn ánh sáng: mặt trời sáng ban ngày, mặt trăng chiếu ban đêm, lửa hỏa hoạn cháy có khi đêm và ngày, nhưng Đức Phật mới là ánh sáng rực rỡ vượt ngoài so sánh.

Thêm nữa, trong Kinh Pháp Cú, bài Kệ 387, Đức Phật nói có năm nguồn ánh sáng: "Mặt trời sáng ban ngày, Mặt trăng sáng ban đêm. Khí giới sáng Sát ly, Thiền định sáng Phạm chí. Còn hào quang đức Phật, Chói sáng cả ngày đêm." (Bản dịch của HT Minh Châu).

Trong Kinh AN 1.49-50 Sutta, Đức Phật nói: "Tâm này, này các Tỷ-kheo, là sáng chói, nhưng bị ô nhiễm bởi các cấu uế từ ngoài vào. Tâm này, này các Tỷ-kheo, là sáng chói và tâm này được gột sạch các cấu uế từ ngoài vào." (Bản dịch của HT Thích Minh Châu)

Như thế, có thể dễ dàng hiểu được khái niệm Phật tánh, được nhiều vị Thầy nói rằng đó là bản tâm, vốn là tịch lặng, chiếu sáng, rỗng rang, tuệ giác, bình đẳng và vô ngã.

--- ---

83

GOING HOME

Over seventy years in this realm,
living harmoniously with existence and non-existence,
I now fulfill the vow, prepare to go home,
and don't need to ramble about for the way of Patriarchs.

LIEU QUAN (? – 1743)

NOTE: When you realize the true nature of phenomena, you see that existence and non-existence are inseparable. Living harmoniously with existence and non-existence is indeed living with the realization that non-existence is inseparable from existence. From that realization, you will see in your mind the wisdom arises along with compassion, and you understand that wisdom is inseparable from compassion. You are inseparable from the world.

The Buddha says that we all have had countless lifetimes and that we and all sentient beings have been former relatives in some ways. That is, all beings have been our fathers or mothers in earlier lifetimes. Think of that, have that feeling, see that feeling spreading throughout your body and the world, and wish that all beings will be happy and attain liberation.

In case someone wants to know a summary of the teaching of all Buddhas, we can recite the Dhp Verse 183: to turn away from any evil, to nurture merit, to purify one's mind --- this is the Teaching of the Buddhas.

In fact, the Dhamma is not far away from you. You can experience the timeless Dhamma right at this moment, here and now: When a thought of greed, or of hatred, or of delusion arises in your mind, and you know that you have greed, or hatred, or delusion in you; when not a thought above arises, and you know that you don't have any quality of greed, hatred, and delusion in your mind. In the AN 6.47 Sutta, the Buddha said: "Since you know this, this is how the teaching is visible in this very life, immediately effective, inviting inspection, relevant, so that sensible people can know it for themselves." (Translated by Bhikkhu Sujato)

--- ---

VỀ NHÀ

Hơn bảy mươi năm ở cõi này,
Không không sắc sắc thảy dung thông
Hôm nay nguyện mãn về quê cũ
Nào phải bôn ba hỏi Tổ tông.

Thiền Sư LIỄU QUÁN (? - 1743) – Bản dịch HT Thanh Từ

GHI NHẬN: Khi bạn nhận ra tánh thật của vạn pháp, bạn thấy rằng Không và Có không hề tách rời nhau. Sống hòa hợp với Không và Có thực sự là sống với chứng ngộ rằng Tánh Không thì không hề lìa xa cái Đương Hữu, cái Đương Thể. Từ chứng ngộ đó, bạn sẽ thấy trong tâm, trí tuệ khởi lên cùng với từ bi, và bạn hiểu rằng trí tuệ thì không tách rời từ bi. Bạn không hề tách rời với thế giới.

Đức Phật nói rằng chúng ta đều đã từng trải qua vô lượng kiếp, và rằng chúng ta và tất cả chúng sinh nguyên là quyến thuộc xa xưa trong cách nào đó. Trong một giải thích khác, chúng ta nên xem rằng tất cả chúng sinh đã từng là cha hay là mẹ chúng ta ở các kiếp trước. Hãy nghĩ như thế, hãy có cảm giác như thế, hãy thấy cảm giác đó lan tỏa toàn thân chúng ta và khắp thế giới, và hãy ước nguyện cho tất cả chúng sinh hạnh phúc và được giải thoát.

Trường hợp có ai muốn biết tóm tắt lời dạy của tất cả các Đức Phật, chúng ta có thể tụng lên Kinh Pháp Cú bài Kệ 1803: "Không làm mọi điều ác. Thành tựu các hạnh lành, Tâm ý giữ trong sạch, Chính lời chư Phật dạy." (Bản dịch HT Thích Minh Châu)

Thực sự, Pháp không xa rời bạn. Bạn có thể kinh nghiệm Pháp vượt-thời-gian này ngay khoảnh khắc này, nơi đây và bây giờ: Khi một niệm tham, hay sân, hay si khởi lên trong tâm, và bạn biết rằng bạn có tham, hay có sân, hay có si trong tâm; khi không một niệm nói trên khởi lên, và bạn biết bạn không có chút nào tham sân si trong tâm. Trong Kinh AN 6.47 Sutta, Đức Phật nói: "Như vậy, này Sìvaka, pháp là thiết thực hiện tại, không có thời gian, đến để mà thấy, có khả năng hướng thượng, được người có trí tự mình giác hiểu." (Bản dịch HT Thích Minh Châu)

--- ---

84

MANIFESTING

Appearing clearly all day and night,
the self-nature manifests suitably.
Seeing the true eternity acting through the six senses,

you live comfortably, up and down
among all phenomena with complete enlightenment.

CHAN NGUYEN (1647 – 1726)

NOTE: In the MA 184 Sutra, the Buddha said that when you discern outwardly, you should not let your consciousness scatter about externally, and when you discern inwardly you should not let your consciousness get stuck internally; nothing whatsoever should be clung to.

This means that when you see, hear or perceive, you should not let your consciousness chase behind whatever you see, hear or perceive outwardly or inwardly; meanwhile, the consciousness should be empty itself instantly and constantly. Thus, there is nothing to be grasped by your mind. You realize that the perception which arises when you see, hear or perceive will instantly vanish; that perception has not a trace in the past, present or future. It is also a mind that has no thoughts.

A thought is different from a perception. The thought is based on memories and knowledge from the past; perception is not. When you see red or blue color, you have a perception of the color without any word arising. When your mind chases behind red or blue color, some thoughts arise and scatter in your mind with some memories and knowledge. When you hear birdsong and do not chase behind the sounds, you experience the impermanence without any thought arising. When you live fully in each moment, you have no thoughts in mind.

Hui Neng (638–713), the Sixth Patriarch of Chinese Zen, said to Hui Ming: "Do not think of merit and do not think of demerit. At that moment, what is the original face of Elder Hui Ming?"

Watch your mind and you will see that the good and bad, the merit and demerit only exist in thoughts. During a momentary perception, there is not a trace of good or bad, not a trace of merit or demerit. A perception arises and vanishes instantly; it has no memories.

Therefore, many verses in Dhammapada say that a sage who knows the Way will not cling to any merit or demerit.

Dhp's verse 39 says: If a man's thoughts are not dissipated, if his mind is not perplexed, if he has ceased to think of good or evil, then there is no fear for him while he is watchful. (Translated by F. Max Muller, public domain)

Dhp's verse 126 says: Some people are born again; evil-doers go to hell; righteous people go to heaven; those who are free from all worldly desires attain Nirvana. (Translated by F. Max Muller)

Dhp's verse 267 says: He who is above good and evil, who is chaste, who with knowledge passes through the world, he indeed is called a Bhikshu. (Translated by F. Max Muller)

Dhp's verse 412 says: Him I call indeed a Brahmana who in this world is above good and evil, above the bondage of both, free from grief from sin, and from impurity. (Translated by F. Max Muller)

Thus, practitioners have to see and experience the world at the same time as a non-dual reality and as a dual reality.

While they have to observe the precepts to protect themselves and humanity in the dual reality of the conventional world, they should realize and enjoy the non-dual reality, i.e. Nirvana, which is the perfect peace and beyond the cycle of birth and death. Metaphorically, the non-dual reality could be seen as the wet nature of water (which is always imperturbable) and the conventional world could be seen as the inconstant bubbles and waves. Moreover, the non-dual reality could be seen as the nature of gold, while many kinds of jewelry in the dual world are made from gold.

As taught by the Buddha, the law of dependent arising helps practitioners understand the emptiness nature of all phenomena internally and externally. From this perspective, practitioners won't cling to any view of existence and non-existence.

The great Indian Buddhist master Nagarjuna (around 150–250 CE) developed the doctrine of the two truths, "the ultimate truth" and "the conventional truth." He wrote that the Buddha taught about the two truths: the ultimate truth, and the worldly truth. In a dharma talk in New York on Nov. 2, 2014, His Holiness the Dalai Lama said: "Nagarjuna asserted that whatever the Buddha taught is founded on the basis of the two truths, conventional and ultimate. Essentially, things don't exist as they appear to."

It is advised that the Zen practitioners should have two kinds of eyes: first, the kind of worldly eyes that sees and understands the conventional truth, which requires them to fulfill their responsibilities to society and country; second, the kind of eyes that realizes the ultimate truth, from which they see and know that they are already in and never left the emptiness concentration, the signless concentration, and the wishless concentration.

A Zen saying states that there is a Dharma transmission when the four eyes see each other. This refers to either when a practitioner is recognized as a Dharma heir by his Zen master or when a practitioner suddenly opens his wisdom eyes and realizes the ultimate truth.

--- ---

HIỂN LỘ

Bày hiện rõ ràng được suốt ngày,
Đây là tự tánh mặc phô bày.
Chân thường ứng dụng sáu căn thấy,
Muôn pháp dọc ngang giác ngộ ngay.

CHÂN NGUYÊN (1647 - 1726) – Bản dịch HT Thanh Từ

GHI NHẬN: Trong Kinh Trung A Hàm MA 184 Sutra, Đức Phật nói rằng khi bạn quán sát ra ngoài, không nên để thức tán loạn rong ruổi bên ngoài, và khi bạn quán sát trong tâm, không nên để thức bám chấp các cảnh giới trong tâm; không có gì nên chấp thủ.

Nghĩa là khi bạn thấy, nghe hay nhận biết, chớ để thức rượt theo bất cứ gì bạn thấy, nghe hay nhận biết cả ngoài và trong; trong khi đó, thức nên tự làm rỗng lặng tức khắc và liên tục. Như thế, không có gì được tâm nắm giữ lấy. Bạn nhận ra rằng tưởng nhận biết khởi lên khi bạn thấy, nghe hay nhận biết sẽ tức khắc biến mất; tưởng nhận biết đó không dính mảy may nào với quá khứ, hiện tại hay tương lai. Nó cũng là tâm vô niệm.

Một niệm khác với một tưởng nhận biết. Niệm dựa vào ký ức và kiến thức từ quá khứ; tưởng nhận biết thì không. Khi bạn thấy màu đỏ hay xanh, bạn có một tưởng nhận biết về màu mà không có chữ nào khởi lên. Khi tâm bạn chạy rượt theo màu đỏ hay xanh, một vài niệm khởi lên và tán loạn trong tâm bạn cùng với ký ức và kiến thức. Khi bạn nghe chim hót và không rượt theo âm thanh, bạn kinh nghiệm cái vô thường mà không niệm khởi lên. Khi bạn sống trọn vẹn từng khoảnh khắc nơi đây và bây giờ, bạn không có niệm nào trong tâm.

Huệ Năng (638–713), Tổ thứ 6 của Thiền Tông Trung Hoa, nói với Huệ Minh: "Đừng nghĩ thiện, đừng nghĩ ác, ngay lúc đó bản lai diện mục của Thượng Tọa Huệ Minh là gì?"

Hãy quan sát tâm bạn và bạn sẽ thấy rằng tốt và xấu, thiện và ác chỉ có mặt trong niệm. Ngay ở bất kỳ một tưởng nhận biết khoảnh khắc nào, không có chút gì tốt hay xấu, không có chút gì là thiện hay ác. Một tưởng tập khởi và tịch diệt tức khắc; nó không có ký ức.

Do vậy, nhiều bài kệ trong Kinh Pháp Cú nói rằng một bậc thánh hiểu đạo sẽ không chấp vào bất kỳ thiện hay ác nào.

Pháp Cú bài kệ 39 viết: Tâm không đầy tràn dục, Tâm không (hận) công phá, Đoạn tuyệt mọi thiện ác, Kẻ tỉnh không sợ hãi. (Bản dịch HT Thích Minh Châu)

Pháp Cú bài kệ 126 viết: Một số sinh bào thai, Kẻ ác sinh địa ngục, Người thiện lên cõi trời, Vô lậu chứng Niết Bàn. (Bản dịch HT Thích Minh Châu)

Pháp Cú bài kệ 267 viết: Ai vượt qua thiện ác, Chuyên sống

đời Phạm Hạnh, Sống thẩm sát ở đời, Mới xứng danh tỷ kheo. (Bản dịch HT Thích Minh Châu)

Pháp Cú bài kệ 412 viết: Người sống ở đời này, Không nhiễm cả thiện ác, Không sầu, sạch không bụi, Ta gọi Bà-la-môn. (Bản dịch HT Thích Minh Châu)

Như thế, học nhân phải nhìn thấy và kinh nghiệm thế giới cùng lúc là một thực tại bất nhị và một thực tại nhị nguyên. Trong khi phải giữ giới luật để tự bảo vệ mình và người trong thực tại nhị nguyên của thế giới quy ước, họ nên chứng ngộ và vui hưởng thực tại bất nhị, tức là Niết Bàn, cũng là an bình tuyệt đối và vượt ra ngoài vòng sinh tử. Một cách ẩn dụ, thực tại bất nhị có thể được xem như tánh ướt của nước (vốn luôn luôn bất động) và thế giới quy ước có thể xem là các làn sóng và bọt nước đầy dao động. Thêm nữa, thực tại bất nhị có thể xem như tánh của vàng, trong khi nhiều loại nữ trang trong thế giới nhị nguyên được làm từ vàng.

Như Đức Phật dạy, luật duyên khởi giúp người tu nhận ra tánh không của vạn pháp, cả trong và ngoài. Từ cái nhìn đó, người tu sẽ không dính mắc vào bất kỳ quan điểm nào về Hữu và Vô.

Đại sư Ấn Độ Long Thọ (khoảng các năm 150–250 Tây lịch) đưa ra lý thuyết về 2 sự thực, gọi là Chân Đế (sự thật tuyệt đối) và Tục Đế (sự thật tương đối). Trong bài giảng tại New York ngày 2 tháng 11/2014, Đức Đạt Lai Lạt Ma nói: "Ngài Long Thọ khẳng định rằng bất cứ những gì Đức Phật dạy đều đặt trên nền tảng hai sự thật, Chân Đế và Tục Đế. Trong tự tánh, vạn pháp không hiện hữu như bề ngoài có vẻ."

Có lời khuyên rằng người tu Thiền nên có hai loại mắt: thứ

nhất, mắt trần gian để nhìn thấy và hiểu sự thật tục đế, nơi đó đòi hỏi họ hoàn thành trách nhiệm với xã hội và đất nước; thứ nhì, loại mắt chứng ngộ sự thật chân đế, từ đó họ nhìn thấy và nhận biết rằng họ đã ở trong và chưa bao giờ rời khỏi Không tam muội, Vô tướng tam muội, và Vô nguyện tam muội.

Một câu trong Thiền nói rằng có một sự truyền pháp khi bốn mắt nhìn nhau (tứ mục tương cố). Có nghĩa là, hoặc khi một người tu được vị Thiền sư công nhận là người nối pháp, hoặc là khi một người tu đột nhiên mở mắt tuệ và chứng ngộ sự thật chân đế.

--- ---

85

ENCOURAGING

Some people bury their heads in the joy of eating and drinking, and waste their life away. Some people practice the Way incorrectly, and cannot attain enlightenment. They don't know that everyone already has the perfect Bodhi mind and the perfect insightful Prajna. Despite being a hermit, completely or partly, despite being a monk or a layperson, you will attain enlightenment if you realize the original mind. That is originally not male or female, so you don't have to cling to appearances. Those who don't understand turn into the three teachings tentatively; those who already understand know that they have realized the same one mind. Those who constantly reflect inwardly will all see the self-nature and become buddhas.

TRẦN THÁI TÔNG (1218 - 1277)

NOTE: Human life is precious. Practice the Way correctly and constantly. Don't waste even a day in your life. Death may come tonight or tomorrow. Actually, death is chewing you in every moment; it is present in your every breath and is not separate from life. Reflect inwardly, watch your every breath constantly, and see what is beyond birth and death.

Is there the self-nature? When you say you are seeing something you call the self-nature, that thing's gone instantly. When you say you are feeling the cold wind of the impermanence, and you say that nothing should be called the self-nature, just observe who is feeling and who is speaking there. Is there any difference between the one 'who is feeling' and the one 'who is speaking'? Don't think. Just observe. It is advised that you should go beyond the Four Sentences; hence, we cannot say that the past, present, and future is existent, or that it is non-existent, or that it is both existent and non-existent, or that it is neither existent nor non-existent. You can experience this advice at any moment. You can see, hear or perceive the river of impermanence that is flowing swiftly through your body and mind: it is beyond words.

Nothing can be seen as the self in your whole body and mind; however, the Buddha never said that "there is no self." The Buddha declined to answer both the questions: "Is there a self?" and "Is there no self?" What is the middle way for both the questions?

In the Heart Sutra, the middle way is said clearly: Form (ie. sight, sound, smell, taste, bodily sensation, mental phenomena) is emptiness, and emptiness is form. Generally, each of the five aggregates (form, feeling, perceptions, volitions, and consciousness) is emptiness and vice versa. You can experience "form is emptiness" at any moment in your life. Suppose that you are watching a rainstorm. You see the raindrops scatter in the air, and every scene you see disappears instantly. You hear the sound of rain on leaves, and every bit of sound you hear vanishes instantly. Then from the emptiness, another scene appears and another bit of sound comes up; they have dependently arisen.

Because everything you see, hear and perceive is reflected via your mind, it is said that your mind acts like a bright, empty, quiet, non-self mirror. You can see so many scenes, hear so many kinds of sound, and perceive varieties of mental states; however, your original mind is always bright (so you can see, hear and perceive again and again), always empty (scenes, sound, and mental states instantly appear and disappear), always quiet (if you are mindful continuously), and always non-self (so your mind takes the forms that you've seen, heard and perceived).

The Śuraṅgama Sutra explained very clearly the original mind. A koan raises a question: "What is the sound of one hand clapping?" You know that it takes two hands clapping to make a sound. And then you know that you still hear the soundless after that sound ends. When a sound comes up, your mind takes the form of that sound. When that sound vanishes, your mind is not perceptible; however, the nature of the mind still exists, as the reflecting nature of a mirror.

--- ---

SÁCH TẤN

Hoặc có người vùi đầu trong ăn uống, qua mất một đời. Hoặc có người trên đường tu hành lầm lẫn, mà không thức tỉnh. Đâu biết, tánh giác Bồ-đề mỗi mỗi viên thành, nào hay căn lành Bát-nhã người người đầy đủ. Chớ luận đại ẩn tiểu ẩn, thôi phân tại gia xuất gia. Chẳng cuộc người tăng kẻ tục, chỉ cốt nhận được bản tâm. Vốn không có nam nữ, đâu cần chấp tướng. Người chưa rõ dối chia tam giáo, liễu được rồi đồng ngộ nhất tâm. Nếu hay phản chiếu hồi quang, đều được kiến tánh thành Phật.

TRẦN THÁI TÔNG (1218 - 1277) - Bản dịch HT Thanh Từ

GHI NHẬN: Thân người quý giá. Hãy tu học đúng đắn và liên tục. Đừng phí dù một ngày trong đời. Cái chết có thể tới đêm nay hay ngày mai. Thực sự, cái chết đang nhai bạn trong từng khoảnh khắc; nó hiện diện trong từng hơi thở của bạn, và nó không cách biệt với đời sống. Hãy quán chiếu vào tâm, liên tục xem từng hơi thở, và hãy nhìn thấy cái vượt qua sinh tử.

Có cái tự tánh hay không? Khi bạn nói bạn đang thấy cái mà bạn gọi là tự tánh, thì nó lập tức biến mất rồi. Khi bạn nói bạn đang cảm nhận ngọn gió lạnh của vô thường, và bạn nói rằng không có gì nên gọi là tự tánh, hãy quan sát xem ai đang cảm nhận và ai đang nói đó. Có dị biệt nào giữa 'cái ai đang cảm nhận' và 'cái ai đang nói' đó hay không? Đừng suy nghĩ. Hãy quan sát. Do vậy lời khuyên rằng bạn phải vượt qua Bốn Câu; tức là, chúng ta không thể nói rằng có một pháp nào trong quá khứ, hiện tại và vị lai mà nó hiện hữu (Hữu, Có), hay nó không hiện hữu (Vô, Không), hay nó vừa hiện hữu vừa không hiện hữu (vừa Có, vừa Không Có), hay nó không hiện hữu mà cũng không phải không hiện hữu (vừa Không Có, vừa không phải Không Có). Bạn có thể kinh nghiệm lời khuyên đó ở bất kỳ khoảng khắc nào. Bạn có thể thấy, nghe hay nhận biết dòng sông vô thường đang chảy xiết xuyên qua thân tâm bạn: nó vượt qua ngôn ngữ.

Không có gì có thể xem là tự ngã trong thân tâm của bạn; tuy nhiên, Đức Phật chưa bao giờ nói rằng "không có ngã." Đức Phật đã từ chối trả lời hai câu hỏi: "Có phải có một tự ngã?" và "Có phải không có ngã?" Cái gì là trung đạo cho hai câu hỏi?

Trong Tâm Kinh, trung đạo được nói minh bạch: Sắc (tức là, sắc, thanh, hương, vị, xúc, pháp) là không, và Không là sắc. Nói chung, mỗi thành phần trong năm uẩn (sắc, thọ, tưởng, hành, thức) là rỗng rang, và ngược lại. Bạn có thể kinh nghiệm về "sắc tức thị không" ở bất kỳ khoảnh khắc nào trong đời bạn. Hãy giả sử rằng bạn đang nhìn một trận mưa bão. Bạn thấy hạt mưa bay tứ tán trong không gian, và từng hình ảnh bạn thấy tức khắc biến mất. Bạn nghe tiếng mưa rơi trên lá, và từng âm thanh bạn nghe tức khắc biến mất. Rồi từ Không, một cảnh khác hiện ra, và một âm thanh khác âm vang tới; chúng xuất hiện theo duyên khởi.

Bởi vì tất cả các pháp bạn thấy, nghe, nhận biết được phản chiếu qua tâm, nên còn nói rằng tâm bạn như một tấm gương sáng, rỗng rang, tịch lặng, vô ngã. Bạn có thể thấy nhiều cảnh, nghe nhiều loại âm thanh, và nhận biết nhiều trạng thái tâm; tuy nhiên, bản tâm của bạn luôn luôn sáng (do vậy bạn có thể thấy, nghe, nhận biết liên tục), luôn luôn rỗng rang (cảnh, âm thanh và trạng thái tâm tức khắc hiện và biến), luôn luôn tịch lặng (nếu bạn tỉnh thức liên tục), và luôn luôn vô ngã (do vậy, tâm bạn được nhận qua cái Sắc mà bạn thấy, nghe, và nhận biết).

Kinh Lăng Nghiêm đã giải thích rất rõ về bản tâm. Một công án nêu một câu hỏi: "Cái gì là tiếng vỗ của một bàn tay?" Bạn biết rằng cần hai bàn tay vỗ mới có âm thanh. Và bạn biết rằng bạn vẫn nghe cái vô thanh sau khi âm thanh kia kết thúc. Khi một âm thanh tới, tâm bạn hiển lộ với cái sắc uẩn của âm thanh đó. Khi âm thanh tan biết, tâm bạn không được nhận ra; tuy nhiên, tự tánh của tâm vẫn hiện diện, như là bản tánh phản chiếu của một tấm gương.

--- ---

86

GOING HOME

Emptiness and emptiness, form and form -- I've gone beyond
the borderline between emptiness and form after seventy
years in this world.
I have finished the vow; I am going home today and don't
have to scurry about to ask the patriarchs for the core of Zen.

LIỄU QUÁN (? - 1743)

NOTE: If someone asks you to show the emptiness in this mountain, in that river, and in other things around, what can you do? You can not reply that the emptiness is something outside or inside the existence; It is nowhere to be found and shown.

If someone asks you to show your true nature, what can you do? You can not reply that your true nature is in your eyes, ears, nose, tongue, body or mind; It is nowhere to be found and shown.

Now, look at the mountain there. The mountain is your mind being manifested; if it is not, then you are a dead body now. Then, listen to the birdsong echoing from the mountain. The birdsong is your mind being manifested; if it is not, then you are a dead body now. Everything that is reflected via your mind is actually the manifestation of your mind. Thus, what can you say about emptiness or form?

Remember: the Shurangama Sutra says that every appearance of phenomena is the mind's nature, and that the mind's nature is the appearance of every phenomenon.

Meanwhile, the Diamond Sutra says that one who realizes that the appearance is not the appearance is the person who realizes the mind's nature.

--- ---

VỀ QUÊ

Hơn bảy mươi năm ở cõi này,
Không không sắc sắc thảy dung thông
Hôm nay nguyện mãn về quê cũ
Nào phải bôn ba hỏi Tổ tông.

LIỄU QUÁN (? - 1743) - Bản dịch HT Thanh Từ

GHI NHẬN: Nếu có ai yêu cầu bạn cho thấy cái tánh không đang ở trong ngọn núi này, trong dòng sông kia, và trong các pháp quanh đây, bạn có thể làm gì? Bạn không thể trả lời rằng cái không là cái gì nằm ngoài hay trong cái có; Nó thì không ở đâu để được tìm ra và cho thấy.

Nếu có ai yêu cầu bạn cho thấy chân tánh của bạn, bạn có thể làm gì? Bạn không thể trả lời rằng chân tánh bạn nằm trong mắt, tai, mũi, lưỡi, thân hay ý; Nó thì không ở đâu để được tìm ra và cho thấy.

Bây giờ, hãy nhìn vào ngọn núi kia. Ngọn núi đó là tâm bạn đang hiển lộ; nếu nó không phải, thì bây giờ bạn chỉ là một xác chết. Bây giờ, hãy lắng nghe tiếng chim vọng từ núi. Tiếng chim là tâm bạn đang hiển lộ; nếu nó không phải, thì bây giờ bạn chỉ là một xác chết. Vạn pháp đang phản chiếu qua tâm của bạn thực sự chính là tâm của bạn đang được hiển lộ. Do vậy, bạn có thể nói gì về không với có?

Hãy nhớ, Kinh Lăng Nghiêm nói rằng toàn tướng là tánh, và rằng toàn tánh là tướng.

Trong khi đó, Kinh Kim Cương nói rằng hễ thấy tướng không phải là tướng thì là thấy tánh.

--- ---

87

THE TRUE BODY

The Thus Come One attained complete enlightenment, realizing the dharma body which encompasses all the three worlds.
Whether you watch inwardly or outwardly, the irises in your eyes continue to shine.
The True Body becomes all phenomena;
All phenomena become the True Body.
A red cinnamon tree stands beautifully in the Palace of the Moon.

High in the sky, shines a circle
in which a red cinnamon tree stands tall.

Y SON (? – 1213)

NOTE: You can turn a mirror toward any direction, and see it always reflects equally. After realizing the true mind, you will see that all phenomena become one with you. All things are your mind manifested – you are what you think, you are what you feel, you are what you see, and you are what you hear…

The moon here symbolizes the mind; the red cinnamon tree, the nature of the mind. Many Zen masters prefer using the symbol of a calm lake surface -- serenely reflecting the sky. The latter symbol can be used to describe the two qualities of a meditative mind: serene, and awake. The Buddha said that meditation has two approaches: Samatha, and Vipassana. Samatha meditation, also known as concentration meditation, helps you calm the mind. Vipassana meditation, also known as insight meditation, helps you see things as they are. Both should be developed in tandem to help you develop an awakened mind of serenity and luminosity.

If you get confused by so many words, you can just remember the image of a calm lake surface. Or just remember the two words "serene, awake… serene, serene, awake, awake… serene, awake … serene, serene, awake, awake…"

Decades ago, I asked my root master Ven. Thich Tich Chieu: "It is very hard for me to observe perfectly the five precepts."

This master who is also the abbot of the Tibetan Temple in Binh Duong replied, "You only need to keep this one precept:

to be impartial."

Later, I learned that observing the "precept of impartiality" is one of the most difficult tasks. That means that when a practitioner sees, hears or perceives, he should not cling to any different signs between existence and non-existence, between men and women, between beauty and ugliness, between merit and demerit, and so on. That means that this person sees, hears and perceives clearly while he dwells in the concentration of signless, through which any sight, sound, or mental perception that appears in his mind will instantly disappear in the windstorm of impermanence. When you continuously realize the signless in everything, your mind turns away from greed, hatred, and delusion.

--- ---

CHÂN THÂN

Như Lai thành chánh giác,
Tất cả lượng bằng thân.
Xoay lại chẳng xoay lại,
Trong mắt con ngươi nằm.
Chân thân thành vạn tượng,
Vạn tượng thành chân thân.
Cung trăng cành quế đỏ,
Quế đỏ tại một vầng.

Y SƠN (? - 1213) – Bản dịch HT Thanh Từ

GHI NHẬN: Bạn có thể xoay tấm gương bất kỳ hướng nào, và thấy nó luôn luôn chiếu ảnh bình đẳng như nhau. Sau khi nhận ra chân tâm, bạn thấy rằng vạn pháp trở thành một với bạn. Vạn pháp là tâm bạn hiển lộ -- bạn là những gì bạn suy nghĩ, bạn là những gì bạn cảm xúc, bạn là những gì bạn nghe...

Mặt trăng biểu tượng cho tâm; cây quế đỏ, để chỉ cho bản tánh của tâm. Nhiều Thiền Sư lạI thích dùng biểu tượng cho mặt hồ an tĩnh – lặng lẽ phản chiếu cả bầu trời. Biểu tượng sau có thể dùng mô tả hai phẩm chất của tâm thiên định: vắng lặng, và tỉnh thức. Đức Phật nói thiền định có hai lối tiếp cận: chỉ, và quán. Thiền chỉ, còn gọI là thiền tỉnh lặng, giúp bạn giữ tâm cho an; Thiền quán, còn gọi là thiền chánh niệm, giúp bạn thấy các pháp như nó là nó. Cả hai nên tu tập cùng lúc để giúp bạn có tâm thức tỉnh --- vừa vắng lặng, vừa chiếu sáng.

Nếu bạn thấy nhiều chữ rắc rối, bạn có thể chỉ cần nhớ tới mặt hồ tỉnh lặng. Hay chỉ cần nhớ hai chữ "lặng, tỉnh... lặng, lặng, tỉnh, tỉnh... lặng, tỉnh... lặng, lặng, tỉnh, tỉnh..."

Nhiều thập niên trước, tôi hỏi bổn sư của tôi là Hòa Thượng Thích Tịch Chiếu: "Rất khó cho con giữ toàn hảo năm giới." Thầy cũng là trụ trì Chùa Tây Tạng Bình Dương đáp: "Con chỉ cần giữ một giới thôi: bình đẳng." Thời gian sau, tôi biết rằng giữ giới bình đẳng là một trong những việc khó nhất. Nghĩa là khi một học nhân thấy, nghe hay nhận biết, vị này không nên dính vào bất kỳ tướng dị biệt nào giữa Có và Không, giữa Nam và nữ, giữa đẹp và xấu, giữa thiện và ác, vv. Nghĩa là người này thấy, nghe và nhận biết rõ ràng trong khi vẫn an trú trong Vô Tướng Tam Muội, xuyên qua đó bất kỳ hình ảnh, âm thanh hay nhận biết nào xuất hiện trong tâm người này sẽ tức khắc biến mất trong trận bão gió của vô thường. Khi bạn liên tục nhận ra cái vô tướng trong vạn pháp, tâm bạn quay lưng lìa xa tham, sân và si.

--- ---

88

BE AWAKENED

With the six types of consciousness deluded, you suffer long nights.
Blinded by ignorance, you are dead drunk all the time.
Hearing the bell, at sunrise and sunset, you should be awakened and alertly mindful.
After purifying your lazy body, you will attain the transcendent body.

VIEN HOC (1073 – 1136)

NOTE: Don't be lazy. We have been ignorantly lazy for millions of years, and we are now lucky to hear the bell from the Buddha. Try to meditate all day and night while lying down, sitting, standing and walking. Always be awakened and alertly mindful -- That's the message from Zen Master Vien Hoc. But, how can the lazy body be conquered? It's a hard job, and only you can do it to save yourself. You should observe your body carefully. Eat healthily, eat moderately. Work and exercise every day. Always remember that the law of impermanence is drifting us swiftly all day and night, and we have very little time in this life to practice Buddha Dharma to reach the other shore. So, don't be lazy. That doesn't mean that you have to punish your body. The body is a raft, a vehicle; you have to take good care of it for a really hard trip.

A question is sometimes raised: "The Avalokitesvara

Bodhisattva has a thousand eyes and a thousand arms. Which eye is the primary eye?" Mahayana Buddhism says that Avalokiteshvara is the bodhisattva of compassion and mercy, who has a thousand eyes to observe the plight of sentient beings, and a thousand arms to protect honest persons.

We should reason that this great bodhisattva acts impartially; thus, there is no such thing as primary or secondary eyes. Additionally, this great bodhisattva acts with the mind of non-self while watching and saving humanity; thus, in light of dependent origination, there is no savior, there is no act of saving, and there is no one who is saved. Consequently, we see that every eye is the primary eye. Hence, the entire body and mind of Avalokitesvara Bodhisattva has countless primary eyes. That is true compassion and mercy.

Moreover, it is wrong if we reply as "one eye" or "a thousand eyes"; in light of dependent origination, every eye is empty of a self. The question above should be answered by the Heart Sutra. Sometimes, when you listen to the soundscape around you, you feel that you are listening with your entire body and mind -- not only with one ear or with two ears. Sometimes, when you come to a beach and watch the seascape, you feel that you are seeing with your entire body and mind; maybe you are very close to realizing the emptiness of all five skandhas.

--- ---

TỈNH GIÁC

Sáu thức tối tăm khổ đêm dài,
Vô minh che đậy mải mê say.

Sớm tối nghe chuông lòng tỉnh giác,
Thần lười dứt sạch, được thần thông.

VIÊN HỌC (1073 - 1136) – Bản dịch HT Thanh Từ

GHI NHẬN: Đừng lười biếng. Chúng ta đã lười biếng và si mê hàng triệu năm, và bây giờ may mắn nghe tiếng chuông của Đức Phật. Hãy nỗ lực thiền định cả ngày và đêm, trong khi đi, đứng, nằm, ngồi. Luôn luôn tỉnh thức – Đó là lời dạy từ Thiền Sư Viên Học. Nhưng, làm sao có thể chiến thắng tấm thân lười này? Đó là việc gian nan, và chỉ có bạn mới có thể tự cứu bạn. Bạn hãy niệm thân một cách cẩn trọng. Hãy ăn thức ăn lành mạnh, hãy ăn chừng mực. Hãy làm việc và tập thể dục hàng ngày. Luôn luôn nhớ rằng luật vô thường đang cuốn trôi chúng ta nhanh chóng cả ngày đêm, và chúng ta có rất ít thì giờ trong kiếp này để tu tập Phật Pháp nhằm qua bờ bên kia. Vậy, đừng lười biếng. Thế không có nghĩa là bạn phải trừng phạt tấm thân. Thân là chiếc bè, là cỗ xe; bạn phải chăm sóc thân kỹ càng để có sức đi một chuyến rất là gian nan.

Một câu hỏi đôi khi được nêu lên: "Bồ Tát Quan Âm có ngàn mắt và ngàn tay. Mắt nào là mắt chính?" Phật Giáo Đại Thừa nói rằng Ngài Quan Âm là vị Bồ Tát của tâm từ và thương xót. Vị này có ngàn mắt để quan sát chúng sinh, và có ngàn tay để bảo vệ người lương thiện.

Chúng ta nên lý luận rằng bậc đại Bồ Tát này hành động không thiên vị; do vậy, không có chuyện gì là mắt chính và mắt phụ. Thêm nữa, đại bồ tát này hành động với tâm vô ngã trong khi quan sát và cứu độ nhân loại; do vậy, dưới ánh sáng luật duyên khởi, không hề có người cứu, không có hành động cứu, và không có ai được cứu. Do vậy, chúng ta thấy tất cả mắt đều là mắt chính. Và rồi chúng ta thấy toàn thân tâm Bồ Tát Quan Âm có vô lượng mắt chính. Đó mới chính là từ bi và thương xót chân thực.

Thêm nữa, sẽ trật nếu chúng ta trả lời là "một mắt" hay "một ngàn mắt"; dưới cái nhìn duyên khởi, tất cả mắt đều rỗng rang vô tự tánh. Câu hỏi trên nên được trả lời bằng Bát Nhã Tâm Kinh. Đôi khi, khi bạn nghe âm thanh quanh bạn, bạn cảm thấy bạn đang nghe với toàn thể thân và tâm -- không chỉ với một tai hay hai tai. Đôi khi, khi bạn ra biển, nhìn cảnh biển, bạn cảm thấy bạn đang nhìn với toàn thể thân và tâm; có thể bạn đang tới gần với chứng ngộ cả năm uẩn đều là không.

--- ---

89

THE SERENE MIRROR

Serene, serene – that mirror has no shades.
Luminous, luminous – that diamond has no features.
Clearly, clearly – it is something, and it is not anything.
Tranquil, tranquil – it is emptiness, and it is not emptiness.

NGUYEN THIEU (1648 – 1728)

NOTE: The mind's nature is serene and luminous; however, the mind's nature is not a thing to be pointed at. How can we realize the mind's nature? Many Zen masters say that Zen has no gates and that there is no step-by-step path to enter it. Why gateless? Because it is originally emptiness, and it is not a thing.

Let's suppose you have meditated for a long time, and now

you know how to keep your mind pure and calm, but you could not realize the mind's nature. The koan some Zen masters prefer to give you, in this case, might be "At the top of a 100-foot pole, how can you step forward?"

After practicing breathing meditation for a while, you can feel the breath smoothly coming and going, feel some parts of your body moving accordingly to the spreading breath, see the thought emptying itself when you watch it; now try this approach: listen to the silence.

You know that we always hear something, even in the city or in the forest, either the lovely sound or the unpleasant noise. Sometimes we hear from the past we love to recall, the songs we wrote decades ago or the sweet voices of our childhood friends.

Actually, when you listen and pay attention wholly to sensation, you will feel that that moment is timeless. It does not belong to the past, present or future. That moment disappears instantly and continuously. Listening to the soundscape around you, you will notice that the silence is encompassed within each bit of the audible sounds. There is no one listening. There is only the soundscape and that you are wholly that soundscape. You are hearing the non-self nature with your entire body and mind. Dependent arising, the sound is the emptiness in essence; thus, the silence and the audible sound are empty in essence. Both the silence and the audible sound essentially are neither one nor two, neither duality nor non-duality.

Now listen to the state of mind before any sound arising. If you hear some weird sound in the head, just ignore it; only listen to the voidness before any sound arising. Feel the breath spreading in and out your body, and listen with your entire body and mind. Any sound coming and going is just a state of mind; the silence before the sound is also a state of mind.

You are listening to the mind, and you are listening to the nature of listening. The Shurangama Sutra taught this way of meditation. Just listen to the state of mind before the sound arising. This is not different from the Thoai Dau Meditation, or Huatou Meditation, when you observe the mind before any thought arising. Now listen to the silence all day and night. Try that. You will see that your mind's nature is a mirror that has no shade and no shape; it reflects and encompasses everything you see, hear and perceive, and it's emptied itself instantly and continuously.

--- ---

GƯƠNG LẶNG LẼ

Lặng lẽ gương không bóng
Rỡ rỡ châu chẳng hình
Rõ ràng vật phi vật
Vắng vẻ không chẳng không.

NGUYÊN THIỀU (1648 - 1728) – Bản dịch HT Thanh Từ

GHI NHẬN: Bản tâm, còn gọi là tự tánh, thì vắng lặng và chiếu sáng; tuy nhiên, bản tâm không phải là một vật để được chỉ ra. Làm sao chúng ta có thể chứng ngộ bản tâm? Nhiều Thiền Sư nói rằng Thiền không có cửa vào, và rằng không có lối đi từng bước để vào. Tại sao không cửa? Bởi vì nó vốn là rỗng rang, và vì nó không phải là một vật gì.

Giả thiết rằng bạn đã tập thiền từ lâu rồi, và bây giờ bạn biết cách giữ cho tâm thanh tịnh và bình lặng, nhưng bạn chưa có thể chứng ngộ được bản tâm. Công án mà một số Thiền sư lựa chọn để trao cho bạn trong trường hợp này có thể là "Nơi đỉnh đầu sào trăm trượng, làm sao ngươi có thể bước tới trước?"

Sau khi thiền tập hơi thở một thời gian, bạn có thể cảm thấy hơi thở dịu dàng đến và đi, cảm thấy một số nơi trong thân chuyển động theo hơi thở đang lan tỏa, thấy niệm tự biến mất khi bạn nhìn tới; bây giờ hãy thử cách này: lắng nghe sự vắng lặng.

Bạn biết rằng chúng ta luôn luôn nghe tiếng gì đó, dù trong thành phố hay trong rừng, âm thanh dễ thương hay tiếng ồn khó chịu. Đôi khi chúng ta nghe từ quá khứ mà chúng ta ưa thích nhớ lại, các ca khúc mà chúng ta đã viết nhiều thập niên trước hay là giọng nói ngọt ngào của các bạn thời thơ trẻ.

Thực sự, khi bạn lắng nghe và chú tâm trọn vẹn vào cảm thọ, bạn sẽ cảm thấy rằng khoảnh khắc đó là khoảnh khắc phi-thời-gian. Nó không thuộc về quá khứ, hiện tại hay vị lai. Khoảnh khắc đó biến mất tức khắc, liên tục. Lắng nghe âm thanh quanh bạn, bạn sẽ ghi nhận rằng tịch lặng được bao dung trong từng chút âm thanh. Bạn ghi nhận rằng không có ai đang nghe, rằng chỉ có vùng âm thanh thôi, và rằng bạn là toàn bộ vùng âm thanh đó. Bạn đang nghe tự tánh vô ngã với toàn bộ thân tâm bạn. Do duyên khởi, âm thanh là tánh không trong tự tánh; do vậy, sự tịch lặng và âm thanh là tánh không trong tự tánh. Cả hai, sự tịch lặng và âm thanh, trong tự tánh không phải một và không phải hai, không phải nhị biên và cũng không phải bất nhị.

Bây giờ hãy lắng nghe trạng thái của tâm trước khi bất kỳ âm thanh nào khởi dậy. Nếu bạn nghe vài âm thanh kỳ dị trong đầu, cứ bỏ mặc chúng; chỉ lắng nghe cái rỗng rang trước khi âm thanh khởi dậy. Hãy cảm thấy hơi thở lan tỏa vào và ra thân bạn, và hãy lắng nghe với toàn bộ thân tâm bạn. Bất kỳ âm thanh nào đến và đi đều chỉ là một trạng thái của tâm; sự vắng lặng trước khi âm thanh khởi dậy cũng là một trạng thái của tâm.

Bạn đang lắng nghe tâm, và bạn đang lắng nghe tánh nghe. Kinh Lăng Nghiêm dạy cách thiền tập này. Hãy lắng nghe trạng thái của tâm trước khi âm thanh khởi dậy. Pháp này không khác pháp Thiền Tham Thoại Đầu, khi bạn nhìn vào tâm trước khi niệm khởi. Bây giờ hãy lắng nghe sự vắng lặng suốt mọi thời. Hãy tập thử đi. Bạn sẽ thấy rằng bản tánh của tâm là một chiếc gương, mà gương này không có bóng và không có hình dạng; nó phản chiếu và bao trùm mọi thứ bạn thấy, nghe, nhận biết, và nó tự liên tục xóa chính nó tức khắc.

--- ---

90

NO DIFFERENCE BETWEEN IGNORANCE AND ENLIGHTENMENT

Ignorantly, you see emptiness and form appear.
Enlightened, you see form and emptiness vanish.
Form, emptiness, ignorance, and enlightenment
are just one same principle, anciently and now.

When false thoughts arise, the three hells appear.

When the true mind is realized, the five kinds of eyes open.
The mind of Nirvana is serene and always serene.
The sea of birth and death is stormy and always stormy.

There is neither birth nor death.
There is neither beginning nor end.
After throwing away the dualistic views,
you will see all things are intertwining without distinction.

TUỆ TRUNG THƯỢNG SĨ (1230-1291)

NOTE. The three hells: the hell of fire, the hell of blood, and the hell of swords. The five kinds of eyes: human eyes, deva eyes, wisdom eyes, dharma eyes, and Buddha's eyes.

The Heart Sutra says that form is emptiness, and that emptiness is form. The Tue Trung's poem above says that those who are ignorant see that emptiness is not form, and vice versa. Moreover, the poem says that those who are enlightened see that there is no difference between form and emptiness. What experience can we have when we look at form and emptiness?

Form is part of the five aggregates (form, feeling, perception, fabrications, and consciousness). To put it in simple terms, form is what we see, hear and perceive --- the seen, the heard, the sensed and the cognized. Thus, we have six pairs of sense bases: eye and visible objects, ear and sound, nose and odor, tongue and taste, body and touch, mind and mental objects.

The form (i.e., visible forms, sound, odor, flavors, touch, and mental objects) is what you've seen, heard and perceived; dependent arising, everything you've seen, heard and perceived is inconstant and non-self. Therefore, form is not different from emptiness; emptiness is not different from form. This is why we should avoid the views of existence and non-existence. The right view is that when a form arises we say it exists, and when a form vanishes we say it does not exist anymore; that is the middle view. In the MN 147 Sutta, the Buddha said to Rahula that the eye and the forms are inconstant, stressful, subject to change and that nothing as a self could be found. The SN 35.246 Sutta says that if you try to catch the delightful sounds by splitting a musical instrument into a hundred pieces, you will fail; it is the emptiness in nature. Dependent arising, the sounds come up into existence as a form that we could hear; thus, we say that form is emptiness, and emptiness is form.

Decades ago, in response to the question "How can I get enlightened?" a Zen master in Vietnam pointed to the front yard of the temple, and said, "The rain puddle is the Buddha." We should notice that it is very hard to understand all the sayings from books or from Zen masters. Maybe we don't need to understand via words. We should find a way to experience the state of mind in which we realize that form is emptiness, and that emptiness is form.

Suppose that you are walking in a garden. You feel a gentle wind which cools your skin. Suddenly, heavy rain pours down. Your entire body is soaking wet. The wind blows violently, whipping the trees in the forest. Within a few seconds, your mind has no thoughts. Your mind experiences a state of thoughtlessness. You see the raindrops fly swiftly. You hear the whipping trees violently sway. Your body quivers in the cold wind. You see, hear and perceive with your entire body and mind the state of wordlessness and thoughtlessness, in which you see the naturally imperturbable mind and in which there is not a trace of greed, hatred and delusion.

In these moments, you see that you are the rain, you are the trees and you are everything you see, hear and perceive. In these moments, you see, hear and perceive clearly the impermanence, the unsatisfactoriness and the lack of self. You firmly experience that form is emptiness, and that emptiness is form. Many people have undergone that kind of rainfall, but they have not been alertly mindful enough to notice the dharma seals. Those are a few seconds that can help your body and mind immerse in the Heart Sutra. We can guess that the practitioners who practice koan meditation may have a similar experience.

In SN 35.153 Sutta, the Buddha said that there is a method that a monastic can use to declare their enlightenment. When a monastic sees a sight with the eye, hears a sound with the ear, smells an odor... tastes a flavor … feels a touch … knows a thought with the mind, and "When they have greed, hate, and delusion in them, they understand 'I have greed, hate, and delusion in me.' When they don't have greed, hate, and delusion in them, they understand 'I don't have greed, hate, and delusion in me.'..." (Translated by Bhikkhu Sujato)

With this method, when a monk or nun sees not a trace of the three poisons (greed, hate, and delusion) while seeing, hearing, and so on, he or she can confidently declare their enlightenment.

--- ---

MÊ NGỘ KHÔNG KHÁC

Mê đi sanh không sắc
Ngộ lại chẳng sắc không.
Sắc không mê ngộ ấy,
Một lý xưa nay đồng.

Vọng dấy tam đồ dấy
Chân thông ngũ nhãn thông.
Niết-bàn tâm vắng lặng
Sanh tử biển trùng trùng.

Chẳng sanh lại chẳng diệt
Không thủy cũng không chung.
Chỉ hay quên nhị kiến
Pháp giới thảy bao dung.

TUỆ TRUNG THƯỢNG SĨ (1230-1291) - Bản dịch Thầy Thanh Từ

GHI NHẬN: Tam đồ: địa ngục lửa, địa ngục máu, và địa ngục đao kiếm. Ngũ nhãn: nhục nhãn, thiên nhãn, huệ nhãn, pháp nhãn, và Phật nhãn.

Bát Nhã Tâm Kinh nói rằng sắc tức là không, và không tức là sắc. Bài thơ trên của ngài Tuệ Trung nói rằng người mê thấy rằng không thì không phải là sắc, và ngược lại. Thêm nữa, bài thơ nói rằng người ngộ rồi sẽ thấy rằng không có dị biệt giữa sắc và không. Kinh nghiệm nào chúng ta có thể có khi nhìn vào sắc và không?

Sắc uẩn là một phần trong ngũ uẩn (sắc, thọ, tưởng, hành và thức). Nói đơn giản về những gì có thể kinh nghiệm, chúng ta có thể nói rằng sắc là cái chúng ta thấy, nghe và nhận biết ---

cái được thấy, được nghe, được cảm thọ và được tri thức. Do vậy, chúng ta có sáu cặp lục nhập: mắt và cái được thấy, tai và cái được nghe, mũi và mùi hương, lưỡi và vị nếm, thân và cảm giác chạm xúc, tâm và đối tượng tâm.

Sắc (tức là, cảnh được thấy, âm thanh, hương, vị, xúc, pháp) là cái bạn thấy, nghe vả nhận biết; theo duyên khởi, mọi thứ bạn thấy, nghe và nhận biết đều vô thường và vô ngã. Do vậy, sắc không khác không; không chẳng khác sắc. Đó là lý do tại sao chúng ta nên tránh quan điểm về Hữu và Vô. Quan điểm đúng chính là khi một sắc tập khởi, chúng ta nói nó hiện hữu, và khi một sắc biến mất, chúng ta nói nó không còn hiện hữu nữa; đó là điểm nhìn trung đạo. Trong kinh MN 147, Đức Phật dạy ngài Rahula rằng mắt và cái được thấy là vô thường, bất như ý, phải biến đổi và rằng không có gì là tự ngã có thể được tìm ra. Kinh SN 35.246 Sutta nói rằng nếu bạn tìm cách nắm giữ tiếng nhạc tuyệt vời bằng cách chẻ khí cụ âm nhạc làm trăm mảnh, bạn sẽ thất bại; nó trong tự tánh là không tánh. Theo duyên khởi, âm thanh khởi lên như một sắc chúng ta có thể nghe; do vậy, chúng ta nói sắc chính là không, và không chính là sắc.

Nhiều thập niên trước, với câu hỏi "Làm sao con có thể ngộ được?" một Thiền sư tại Việt Nam chỉ ra sân trước chùa, và nói, "Vũng nước mưa đó là Phật." Chúng ta nên ghi nhận rằng sẽ rất khó để hiểu tất cả các câu nói từ sách hay từ các Thiền sư. Có thể chúng ta không cần hiểu qua lời nói. Chúng ta nên tìm một cách để kinh nghiệm trạng thái tâm mà từ đó chúng ta nhận ra rằng sắc tức là không và rằng không tức là sắc.

Hãy giả sử rằng bạn đang đi bộ trong vườn. Bạn cảm thấy làn

gió nhẹ đang làm mát da của bạn. Đột nhiên, mưa lớn tuôn xuống. Toàn thân bạn ướt mem. Gió thổi dữ dội, quật túi bụi các hàng cây trong rừng. Trong vài giây đồng hồ, tâm bạn dứt bặt các niệm. Tâm bạn lúc đó là tâm vô niệm. Bạn thấy các giọt mưa bay nhanh. Bạn nghe cây nghiêng qua lại ào ạt. Thân bạn run trong gió lạnh. Bạn thấy, nghe và nhận biết bằng toàn thân và tâm trong trạng thái vô niệm và vô ngôn, từ đó bạn thấy ra tâm tự nhiên bất động và nơi đó không có chút gì của tham sân si.

Trong các khoảnh khắc đó, bạn thấy bạn là mưa, bạn là cây và bạn là tất cả những gì bạn thấy, nghe và nhận biết. Trong vài khoảnh khắc đó, bạn thấy, nghe và nhận biết rõ ràng vô thường, bất như ý và vô ngã. Và bạn kinh nghiệm vững chắc rằng sắc tức là không, và không tức là sắc. Nhiều người đã trải qua các trận mưa như thế, nhưng họ không có chánh niệm tỉnh giác đủ để nhận ra các pháp ấn. Đó là vài giây đồng hồ có thể giúp thân tâm bạn ngấm tràn trong Tâm Kinh. Chúng ta có thể đoán rằng người tu thiền công án có thể sẽ có kinh nghiệm tương tự.

Trong Kinh SN 35.153, Đức Phật nói rằng có một phương pháp mà một tu sĩ có thể dựa vào để tuyên bố là đã giác ngộ. Phương pháp này là, khi một tu sĩ nhìn thấy một cảnh bằng mắt, nghe một âm thanh với tai, ngửi một mùi hương... cảm thọ một chạm xúc, biết một niệm với tâm, và "Khi họ có tham, sân và si bên trong, họ hiểu 'Tôi có tham, sân và si trong tôi.' Khi họ không có tham, sân và si trong họ, họ hiểu 'Tôi không có tham sân si trong tôi'..."

Với phương pháp đó, nếu một tu sĩ không thấy chút gì tam độc (tham, sân, si) trong khi thấy, nghe, vân vân, vị này có thể dựa vào đó để tuyên bố là đã giác ngộ hay chưa.

--- ---

PHẦN 10

91

ZEN

After seeing the mind's essence, you have to keep the precepts purely. What is "keeping the precepts purely"? That means in twelve hours you should stop all involvement outwardly, and still your mind inwardly. Because your mind is still, you are peaceful while seeing a scene.

Your eyes don't slip outward when consciousness arises by the seen, and your consciousness doesn't slip inward by the scene you see. Since the outward and the inward do not interfere with one another, we term this blockade. Though termed blockade, this does not mean "to block." The senses of ear, nose, tongue, body, and mind are just like that.

This is called the Mahayana precepts, the unsurpassed precepts, also the unequaled precepts. All the monks, young or old, must keep the precepts purely, as described above.

Keeping the precepts firmly, then you practice Zen. The key to Zen is that you must drop all body and mind. First, while practicing Samatha meditation, you should often ask yourself some questions. Where did this body come from? Where did this mind come from? While the mind doesn't really exist, where did the body come from?

While body and mind are emptiness, where did all things come from? If all things don't actually exist, because while there was no existence [at the beginning], where did existence come from? That existence was non-existence, so there is no existence. If a thing is not actually a thing, then what does each thing depend on? If there is nothing to depend on, then a thing is not a thing. This thing is not real, but also not unreal.

When you realize the true nature, that is when you enter meditation. The practitioner should not become attached to meditating; meditation without a trace of meditation is called the unsurpassed meditation. Moreover, practicing the thoai dau (Chinese: huatou) should be unbroken, ceaseless, without any overturned thought, without any turmoil, and without any dull feeling. Your mind must be as transparent as a diamond rolling on a tray, as luminous as a mirror on a frame…

PHAP LOA (1284 – 1330)

NOTE: The Zen Master Phap Loa wanted to generate a great doubt in your thinking. Great doubt may help you attain enlightenment. Some koans will push you into a great doubt; some won't. A short koan is usually called thoai dau. You can practice thoai dau like so: Simply say the name of a Buddha, and ask yourself who just said the Buddha's name; while watching your mind to see the arising of the Buddha's name, you will step into a great doubt. No thoughts can exist in a great doubt. Only the great doubt exists while you are lying down, sitting, standing or walking. In other words, you watch your mind with the mind of "not knowing" which is the mind of non-discrimination, or the mind of a baby who has not any notion of the past, present, and future. This will help you understand the nature of the mind.

Meanwhile, one of the most popular koans is the question: "Who am I?" This question is very tricky because any personhood should be seen as the five aggregates (form, feeling, perception, volition, and consciousness), each of which is constantly changing. Just think like this: you have millions of different bodies and millions of different states of mind within a day.

We can recall a story in Chinese Zen: The famous scholar Pei Xiu asked the Zen master Huang Po (?-850) the whereabouts of a late monk who was depicted in a drawing on a wall. Buddhism has no concept of resurrection. Just imagine that if a late monk comes back to life after five hundred years: would that personhood have a form of a one-hundred-year-old man or a six-hundred-year-old man? The story says that Huang Po called Pei Xiu by name loudly: "Pei Xiu!"

Then Pei Xiu replied: "Yes."

Huang Po asked: "Where?"

Thus, the Zen master Huang Po pushed Pei Xiu back into the "here and now" with a loud voice, and pointed at the hearing, an activity from the five aggregates of Pei Xiu.

In the SN 5.10 Sutta, Mara the Evil One asked the bhikkhuni Vajira: "Who created this sentient being? Where is its maker? Where has the being arisen? And where does it cease?" (Translated by Bhikkhu Sujato) The bhikkhuni Vajira replied that the so-called 'sentient being' could not be found anywhere in a group of five aggregates.

There is a Zen saying: "Samsara is Nirvana." That also means that this world is not different from Buddhahood. It means that you've realized Nirvana when you see, hear and perceive the emptiness nature of phenomena and your entire body and mind.

A person asked the Chinese Zen master Hui Hai (720-814) how to attain the Great Nirvana. Hui Hai replied: "Just don't create the karma of birth and death."

In the SN 35.232 Sutta, Venerable Sariputta and Venerable Mahakoṭṭhita had a dhamma conversation as follows:

"Reverend Sāriputta, which is it? Is the eye the fetter of sights, or are sights the fetter of the eye? Is the ear … nose … tongue … body … mind the fetter of thoughts, or are thoughts the fetter of the mind?"

"Reverend Koṭṭhita, the eye is not the fetter of sights, nor are sights the fetter of the eye. The fetter there is the desire and greed that arises from the pair of them. The ear … nose … tongue … body … mind is not the fetter of thoughts, nor are thoughts the fetter of the mind. The fetter there is the desire and greed that arises from the pair of them." (Translated by Bhikkhu Sujato)

--- ---

THIỀN

Sau khi thấy tánh, phải gìn giữ giới cho thanh tịnh. Thế nào là giới thanh tịnh? Nghĩa là trong mười hai giờ, ngoài dứt các duyên, trong tâm không loạn. Vì tâm không loạn động nên cảnh đến vẫn an nhàn.

Mắt không vì cái sở duyên của thức mà chạy ra, thức không vì cái sở duyên của cảnh mà chun vào. Ra, vào không giao thiệp nên gọi là ngăn chận. Tuy nói ngăn chận mà không phải ngăn chận. Tai, mũi, lưỡi, thân, ý cũng như thế. Đó gọi là giới đại thừa, là giới vô thượng cũng gọi là giới vô đẳng đẳng. Tịnh giới nầy, dù Tiểu tăng cho đến bậc Đại tăng đều phải gìn giữ.

Nhân giữ giới vững chắc không động, kế đó mới tập Thiền. Cái yếu chỉ của Thiền định là thân tâm đều xả. Trước tập định tâm, thường tự suy xét: Thân này từ đâu mà đến? Tâm này từ đâu mà có? Tâm không thật có thì từ đâu có thân? Thân tâm đều không thì pháp từ đâu mà có? Pháp không thật có, vì không có cái có, cái có có đó từ đâu mà có? Cái có có đó đã không thì không có pháp có. Mỗi pháp chẳng phải pháp, thì mỗi pháp nương vào đâu ? Không có chỗ dựa nương thì pháp không phải mỗi pháp. Pháp này không thật cũng chẳng phải không thật.

Chứng được thật pháp, mới hay chứng nhập thiền. Người tu tập thiền định không được chấp dụng công, dụng mà không có chỗ dụng, gọi là Thiền thượng thừa. Ngoài tham thoại đầu không cho gián đoạn, miên mật liên tục không có kẽ hở, cũng không điên đảo, không trạo cử cũng không hôn trầm. Phải trong trẻo như viên ngọc lăn trên mâm, phải sáng suốt như gương trên đài…

PHÁP LOA (1284 – 1330) – Bản dịch HT Thanh Từ

GHI NHẬN: Thiền Sư Pháp Loa muốn khởi đại nghi tình

trong bạn. Đại nghi có thể giúp bạn đại ngộ. Một vài công án sẽ đẩy bạn vào đại nghi, nhưng một số công án khác thì không. Một công án ngắn thường được gọi là thoại đầu. Bạn có thể tham thoại đầu như thế này: Hãy niệm tên của một vị Phật, và tự hỏi chính bạn rằng ai vừa thốt lên lời niệm đó; hãy nhìn vào tâm bạn để xem rằng ai vừa thốt lên danh hiệu đó, và bạn sẽ rơi vào đại nghi. Không có niệm nào xuất hiện được trong đại nghi. Chỉ có đại nghi hiện hữu trong khi bạn đang đi, đứng, nằm, ngồi thôi. Nói cách khác, bạn nhìn vào tâm bạn với tâm "không biết" đó là tâm vô phân biệt, hay tâm hài nhi mà em bé này không có khái niệm nào dính với quá khứ, hiện tại và vị lai. Như thế sẽ giúp bạn thấy tánh của tâm.

Trong khi đó, một trong những công án phổ biến là câu hỏi: "Tôi là ai?" Câu hỏi này rất cạm bẫy, vì bất kỳ cá nhân nào cũng nên nhìn như là năm uẩn (sắc, thọ, tưởng, hành và thức), mỗi uẩn trong đó lại liên tục biến đổi. Hãy suy nghĩ thế này: bạn có hàng triệu thân và hàng triệu trạng thái tâm chỉ trong một ngày thôi.

Chúng ta có thể nhớ một truyện trong Thiền Trung Hoa: Học giả nổi tiếng Bùi Hưu hỏi Thiền sư Hoàng Bá (?-850) xem nơi một nhà sư quá cố có tranh vẽ trên tường đang ở đâu. Phật giáo không có khái niệm phục sinh. Hãy hình dung rằng nếu một nhà sư quá cố sống trở lại sau 500 năm: vị này sẽ có hình thể của một người một trăm tuổi hay người năm trăm tuổi? Chuyện kể rằng Hoàng Bá gọi lớn tên Bùi Hưu: "Bùi Hưu!"

Rồi Bùi Hưu trả lời: "Dạ!"

Hoàng Bá hỏi: "Ở đâu?"

Như thế Thiền sư Hoàng Bá lôi Bùi Hưu trở về cái "ở đây và

bây giờ" với giọng lớn tiếng, và chỉ vào cái đang nghe, một hành hoạt từ ngũ uẩn của Bùi Hưu.

Trong Kinh SN 5.10 Sutta, Ác Ma hỏi Tỳ kheo ni Vajira: "Do ai, hữu tình này, Được sanh, được tạo tác? Người tạo hữu tình này, Hiện nay ở tại đâu? Từ đâu hữu tình sanh? Đi đâu hữu tình diệt?" (Bản dịch HT Thích Minh Châu) Tỳ kheo ni Vajira trả lời rằng cái gọi là "hữu tình" đó không thể tìm đâu ra trong khối 5 uẩn này.

Có một câu nói trong Thiền sử: "Cõi phiền não cũng là Niết Bàn." Nói thế có nghĩa là thế giới này không khác ì cõi Phật. Có nghĩa là bạn chứng ngộ Niết Bàn khi bạn thấy, nghe và nhận biết bản tánh không tánh của vạn pháp và của toàn thân tâm bạn.

Một người hỏi Thiền sư Huệ Hải (720-814) ở Trung Hoa rằng làm sao có thể thành tựu Đại Niết Bàn. Huệ Hải đáp: "Chỉ đừng tạo nghiệp sanh tử.

Trong Kinh SN 35.232 Sutta, ngài Sariputta và ngài Mahākoṭṭhita có đoạn pháp đàm như sau.

"—Thưa Hiền giả, có phải con mắt là kiết sử (trói buộc) của các sắc, hay các sắc là kiết sử của con mắt? … Có phải ý là kiết sử của các pháp hay các pháp là kiết sử của ý?

—Này Hiền giả Kotthika, con mắt không phải là kiết sử của các sắc, các sắc không phải là kiết sử của con mắt; ở đây, do duyên cả hai khởi lên dục tham. Dục tham ở đây là kiết sử … Ý không phải là kiết sử của các pháp, các pháp không phải là kiết sử của ý; ở đây, do duyên cả hai khởi lên dục tham. Dục tham ở đây là kiết sử." (Bản dịch của HT Thích Minh Châu)

--- ---

92

BODHI

Precious jewels are hidden in the stone.
Lotus grows from the mud.
After enlightenment, you will know that
the world of birth and death is the land of Bodhi.

MINH LUONG (circa 17th century)

NOTE: Is samsara truly nirvana? The Buddha sidestepped these philosophical sides and urged his followers to be pragmatic and master the mind. The Buddha once asked Rahula to let the mind be like a river which receives all things thrown into it and sweeps them all away. Furthermore, the Buddha asked Rahula to let the mind be like a fire which receives all things thrown into it and burns them all away. Nothing could be clung to in that river or fire. Sweeping away all things, burning away all things… What remains? The emptiness?

It's very hard to have a mind like a river that sweeps away all things or to have a mind like a fire that burns away all things. That also means that your mind has not a trace of anything from the past, present, and future. Again and again, we cling to something we treasure, to the image we regard as beauty, or to the admiration we expect after a victory. Consciously or unconsciously, we cling to something most of the time.

Actually, many of us love to cling to something and love to stay in this samsara world. You once held a hand of a beautiful girlfriend decades ago, and now can still feel her trembling hand in your palm... Or, you just attended a concert yesterday, listened to your favorite music, and went home with joy. Then you meditate as usual and went to sleep comfortably and happily. Did you hear some nice melody hovering around you after the concert, either on the way home or while trying to sleep or even many days later? We are addicted to what we see, hear and perceive. It is very hard to break free from the samsara world.

In the MA 110 Sutra, the Buddha urged his disciples to skillfully watch their own mind: "Just like when a flame bursts at your head or your turban, you have to urgently find a way to save your head or turban. Similarly, a monk who wants to destroy the evil, unwholesome tendencies should quickly find any way possible to study heedfully, cultivate the right mindfulness and right knowledge, have great patience, and never fall back on the path.

--- ---

BỒ ĐỀ

Ngọc quí ẩn trong đá
Hoa sen mọc từ bùn
Nên biết chỗ sanh tử
Ngộ vốn thật Bồ-đề.

MINH LƯƠNG – Bản dịch HT Thanh Từ

GHI NHẬN: Có phải phiền não thực sự là Niết Bàn? Đức Phật đã tránh bàn khía cạnh triết học, và thúc giục môn đệ phải thực dụng làm chủ được tâm. Một lần, Đức Phật yêu cầu ngài Rahula hãy để tâm như một dòng sông đón nhận mọi thứ ném vào và cuốn trôi đi tất cả. Thêm nữa, Đức Phật bảo ngài Rahula hãy giữ tâm như ngọn lửa đón nhận mọi thứ ném vào và thiêu rụi tất cả. Không gì có thể được nắm giữ trong dòng sông hay ngọn lửa đó. Cuốn trôi đi tất cả, thiêu rụi hết tất cả... Cái gì còn lại? Tánh không?

Rất khó giữ tâm như dòng sông cuốn trôi mọi thứ, hay giữ tâm như ngọn lửa thiêu rụi mọi thứ. Cũng có nghĩa là tâm bạn không có chút mảy may nào từ quá khứ, hiện tại và vị lai. Cứ liên tục, chúng ta mải dính mắc vào những gì chúng ta trân quý, vào các hình ảnh chúng ta xem là đẹp, hay vào sự tán thưởng mà chúng ta mong đợi sau một chiến thắng. Một cách ý thức hay vô thức, chúng ta đều dính mắc vào những gì đó hầu hết thời gian.

Thực tế, nhiều người trong chúng ta yêu thích dính mắc vào điều gì đó, và yêu thích ở lại cõi luân hồi này. Bạn đã từng nắm tay một bạn gái xinh đẹp nhiều thập niên trước, và bây giờ vẫn còn cảm thấy bàn tay nàng run rẩy trong bàn tay của bạn khi kỷ niệm êm dịu trở lại… Hay, bạn mới dự một buổi hòa nhạc hôm qua, nghe các ca khúc bạn yêu thích, và về nhà với niềm vui. Rồi bạn ngồi thiền như thường lệ, và rồi ngủ một cách thoải mái, hạnh phúc. Bạn có nghe một vài âm điệu dịu dàng vây quanh bạn sau buổi hòa nhạc, trên đường về nhà, khi hay trong khi dỗ giấc ngủ, hay ngay cả nhiều ngày sau đó? Chúng ta say nghiện vào những gì chúng ta thấy, nghe và nhận biết. Rất khó để giải thoát khỏi cõi ta bà này.

Trong Kinh Trung A Hàm MA 110, Đức Phật thúc giục môn đệ phải thiện xảo quán tâm: "Ví như bị lửa đốt cháy đầu, cháy áo, nhanh chóng tìm cầu phương tiện cứu đầu, cứu áo. Cũng vậy, Tỳ-kheo muốn diệt trừ pháp ác bất thiện này phải nhanh chóng tìm cầu phương tiện, học tập, tinh cần, chánh niệm, chánh trí, kham nhẫn, đừng để bị thoái chuyển." (Bản dịch của Thầy Tuệ Sỹ)

--- ---

93

THE GREAT WAY

The Great Way is immense and boundless, restraining nothing. The self-nature is serene, neither virtuous nor evil. When a thought of choice arises, many faults come up instantly and separate earth from the sky. Holiness and unholiness come from the same root. Right and wrong are not separate paths. Thus, sinfulness and blessedness are originally void; the cause and effect correlation is ultimately unreal. Every human being embodies perfection and already achieves liberation.

The Buddha-nature and the dharma body are just like forms and shadows: they appear and disappear dependently to each other; they are neither one nor difference. The nose points straight down. The eyebrows lay across your face, above your eyes. Yet it's very hard for you to see them.

You have to examine why the ancient masters said, "The three thousand dharma-gates point to one heart; countless profound activities come from the original mind." Thus you already complete the gates of precepts, meditation, and wisdom; just observe yourself.

Having a cough, uttering a throat-clear, raising eyebrows,

winking an eye, grabbing something, walking around – what is the essence of those actions? And what is the mind through which you know about that essence? The mind's essence is empty and bright; so what is right, and what is not? The reality is the essence; the Buddha is the mind. Which essence is not reality? Which mind is not Buddha?

Mind is Buddha; Mind is reality. Originally, reality is not reality; reality is just mind. Originally, mind is not mind; mind is just Buddha.

Practitioners! Days and months are flying by. Life is not waiting for you. Why you are eating rice and soup, and don't realize the use of bowl and spoon? Observe!

PHAP LOA (1284 – 1330)

NOTE: Time is flying fast. We should practice hard to end the three poisons. Watch the mind and see the mind's essence, even when "Having a cough, uttering a throat-clear, raising eyebrows, winking an eye, grabbing something, walking around…" This approach later led to koan practice, pushing the practitioner into a great doubt to cut off all the thoughts which are concealing the mind's essence from view.

How can we see the nature of the mind? My root master said: "The same way we see the river or the mirror." Watch the river: the waves arise and vanish, but the nature of water is unmoving; the waves continuously transform into countless forms, but the wetness always encompasses all them. Look at the mirror: the images appear and disappear, but the nature of the mirror is unmoving; the images continuously transform into countless forms, but the radiance envelops them all. Look at that and feel that, with all things in front of your eyes, and with all feelings in your body.

If you think that explanation is too abstract, you can try something more concrete. Relax, breathe gently, and feel the breaths coming and going. Feel that. Gently feel the breaths coming and going. Try to see as an outsider that the body, not your body, is breathing, while the breaths are transforming endlessly. You would feel that the breaths become one with your body, and then later the breaths become one with your body and your mind.

Now you feel that you are the river and all the waves; also you feel you are the mirror and all the reflected images. What remains unmoved alongside these waves and images? Observe your entire body and mind become reflections in the mirror of the mind. The different reflections come and go endlessly; however, the reflecting mind is always imperturbable, luminous, impartial, unbiased, unborn and undying.

You can discern that unborn mind when you look at a flower and recognize that the flower is a reflection of the mind and that in the seeing there is nobody who sees; you will discern that your reflecting mind seemingly becomes one with everything you've seen. Though you are not one with these reflections, you are not separate from them. Similarly, you can discern that unborn mind when you hear birdsong and recognize that the birdsong is a reflection of the mind and that in the hearing there is nobody who hears; you will discern that your reflecting mind seemingly becomes one with everything you've heard.

When you see, hear and perceive, there is not any trace of the three poisons (greed, hatred, and delusion) before thoughts arise. Everything perceived in your mind is pure and calm before thoughts arise. You will understand that the reflecting mind is empty, luminous, formless and non-self.

--- ---

ĐẠI ĐẠO

Đại đạo rộng suốt nào có ràng buộc, bản tánh lặng lẽ không thiện không ác. Bởi do chọn lựa chợt sanh nhiều lỗi, vừa khởi mảy may đã cách xa trời đất. Phàm thánh vốn đồng một mối, phải quấy đâu có hai đường. Cho nên biết, tội phước vốn không, cứu cánh nhân quả chẳng thật. Người người sẵn đủ, kẻ kẻ trọn thành.

Phật tánh Pháp thân như hình như bóng, tùy ẩn tùy hiện, chẳng tức chẳng ly. Lỗ mũi duỗi thẳng xuống, chân mày nằm ngang mặt, ở trên mắt mà không dễ gì nhìn thấy.

Cần phải tìm xét, đâu chẳng nghe nói "Ba ngàn pháp môn đồng về tấc vuông, hà sa diệu dụng đều ở nguồn tâm" nên nói: Cửa giới cửa định cửa tuệ, ông không thiếu sót, cần phải phản quán nơi mình.

Phàm những tiếng ho, tiếng tằng hắng, nhướng mày chớp mắt, tay cầm, chân đi, ấy là tánh gì? Biết được tánh này, ấy là tâm gì? Tâm tánh rỗng sáng, cái nào phải, cái nào chẳng phải?

Pháp tức là tánh, Phật tức là tâm. Tánh nào chẳng phải là pháp? Tâm nào chẳng phải là Phật?

Tức tâm tức Phật, tức tâm tức pháp. Pháp vốn chẳng phải pháp, pháp tức là tâm. Tâm vốn chẳng phải tâm, tâm tức là Phật.

Các nhân giả! Ngày tháng dễ dàng qua, mạng người không chờ đợi, sao cam ăn cháo ăn cơm mà chẳng rõ việc bát việc muỗng? Tham!

PHÁP LOA (1284 - 1330) – Bản dịch HT Thanh Từ

GHI NHẬN: Thời gian qua nhanh. Chúng ta hãy tinh tấn để diệt tam độc. Hãy nhìn vào tâm, và hãy thấy tự tánh, ngay cả khi đang "ho, tằng hắng, nhướng mày, chớp mắt, tay cầm, chân đi…" Pháp tu này sau đó dẫn tới pháp tu công án, đẩy người tu vào một niềm nghi lớn để quét sạch tất cả các niệm đang che khuất tự tánh của tâm.

Làm sao có thể nhìn thấy bản tánh của tâm? Bổn sư của tôi nói: "Chỉ như khi nhìn vào dòng sông hay gương soi." Hãy nhìn dòng sông: các đợt sóng khởi lên và biến mất, nhưng tánh của nước vẫn bất động; sóng liên tục chuyển hóa thành vô lượng hình tướng, nhưng tánh ướt luôn luôn bao trùm tất cả. Hãy nhìn vào gương: ảnh hiện ra và biến đi, nhưng tánh của gương vẫn bất động; ảnh liên tục chuyển hóa thành vô lượng hình tướng, nhưng tánh sáng luôn luôn bao trùm tất cả. Hãy nhìn vạn pháp trước mắt bạn, và hãy cảm nhận như thế, với tất cả cảm xúc trong toàn thân của bạn.

Nếu bạn nghĩ rằng giải thích như thế quá trừu tượng, bạn có thể thử nghiệm cụ thể hơn như sau. Bây giờ hãy thoải mái, thở dịu dàng, và hãy cảm nhận hơi thở vào và ra. Hãy cảm nhận như thế. Hãy dịu dàng cảm nhận hơi thở đến và đi. Hãy thử thấy như một người đứng ngoài nhìn vào thân, như không còn là thân của bạn, đang thở, trong khi hơi thở chuyển hóa không ngưng nghỉ. Bạn sẽ cảm nhận rằng hơi thở trở thành một với thân của bạn, và rồi hơi thở trở thành một với thân và tâm của bạn.

Bây giờ bạn cảm nhận rằng bạn là dòng sông và là toàn bộ sóng; bạn cũng cảm nhận rằng bạn là gương và là toàn bộ ảnh. Câu hỏi tới đây là: cái gì bất động xuyên suốt tất cả sóng và ảnh? Bạn sẽ thấy toàn khối thân tâm của bạn trở thành cái được phản chiếu trong gương tâm. Các ảnh phản chiếu tới và đi liên tục; tuy nhiên, tâm phản chiếu luôn luôn bất động, chiếu sáng, bình đẳng, không thiên lệch, bất sinh và bất diệt.

Bạn có thể nhận ra tâm bất sinh đó khi bạn nhìn một bông hoa và nhận ra rằng hoa là một ảnh chiếu trong tâm và rằng trong cái nhìn không có ai nhìn; bạn sẽ có thể nhận ra rằng tâm phản chiếu của bạn như dường là một với tất cả những gì bạn thấy. Trong khi bạn không phải là một với ảnh chiếu, bạn không phải là tách rời ảnh chiếu (không tức, không ly). Tương tự, bạn có thể nhận ra rằng tâm bất sinh đó khi bạn nghe tiếng chim hót và nhận ra tiếng chim hóa là một phản chiếu của tâm và rằng trong khi nghe thì không có ai nghe; bạn có thể nhận ra rằng tâm phản chiếu của bạn như dường trở thành một với tất cả những gì bạn nghe.

Khi bạn thấy, nghe và nhận biết, không có mảy may nào của tam độc (tham, sân, si) trước khi các niệm có thể khởi lên. Bất cứ những gì nhận biết trong tâm đều thanh tịnh và bình lặng trước khi các niệm có thể khởi lên. Bạn sẽ nhận ra rằng tâm phản chiếu thì rỗng rang, chiếu sáng, vô tướng và vô ngã.

--- ---

94

SONG OF THE BUDDHA MIND

Buddha! Buddha! Buddha! Impossible to be seen!
Mind! Mind! Mind! Impossible to be told!
When the mind arises, the Buddha is born.
When the Buddha is gone, the mind vanishes.
There is never a place where the mind is gone while the
Buddha remains.
There is never a time when the Buddha is gone while the
mind remains.
If you want to understand the mind of the Buddha and the
mind of birth and death, simply wait for Maitreya and ask
him.

There was no mind anciently; there is no Buddha now.
All unenlightened beings, holy beings, human beings,
heavenly beings are just like flashes of lightning.
The mind's nature is neither right nor wrong.
The Buddha-nature is neither real nor unreal.
Suddenly arising and suddenly ceasing, anciently leaving and
now coming,
you've wasted your time with thinking and discussing.
In that way, you would bury the Vehicle of the Patriarchs
and cause the devils to hound in the house.

If you want to find the mind, stop searching outward.
The nature of the mind is naturally still and void.
The Nirvana and the cycle of birth and death are just illusory
shackles.
The fetters and Enlightenment are hollow opposites.
The mind is Buddha; Buddha is the mind.

That profound meaning has shone brightly since endless time.
When spring comes, the spring flowers blossom naturally.
When autumn comes, the autumn water reveals deep beauty.

If one removes the false thoughts and keeps the true nature,
he is similar to someone who searches for the reflections but
misses the mirror.
He doesn't know that reflections come from the mirror,
and that the false actually appears from the truth.
False thoughts are neither real nor unreal.
That which the mirror reflects is neither warped nor flat.

There is neither sinfulness nor blessedness.
Don't mistake wish-fulfilling gems for the white gemstone.
Gems can have scratches; gemstones, defects.
The mind's nature is neither rosy nor green, neither gained nor
lost.
Seven times seven is forty-nine.
The six perfections and the ten thousand conducts are waves
on the ocean;
The three poisons and the nine kinds of sensations, the sun in
the sky.
Be still, be still, be still; Sink down, sink down, sink down.
The essence of all phenomena is the Buddha mind.
The Buddha mind and your mind are one.
Such is, naturally, the profound meaning since endless time.

Walk in Zen, sit in Zen, then you will see the lotus blooming
in the firing kiln.
When your will becomes weak, just strengthen it.
When your place is peaceful and suitable, just stay there.
Ah ah ah! Oh oh oh!

Sunken or floating, bubbles on the ocean are all empty.
All deeds are impermanent; All phenomena are void.
Where can you find the sacred bones of your late master?
Be mindful, be mindful, be awake; Be awake, be mindful, be mindful.
Keep four corners in contact with the ground; don't let things tilt.
If someone here trusts like that, he can start walking from the crown of Vairocana Buddha.
Shout!

TUE TRUNG (1230 – 1291)

--- ---

PHẬT TÂM CA

Phật! Phật! Phật! Không thể thấy
Tâm! Tâm! Tâm! Không thể nói.
Nếu khi tâm sanh là Phật sanh
Nếu khi Phật diệt là tâm diệt.
Diệt tâm còn Phật chuyện không đâu
Diệt Phật còn tâm khi nào hết?
Muốn biết Phật tâm, sanh diệt tâm
Đợi đến sau này Di-lặc quyết.

Xưa không tâm, nay không Phật
Phàm, Thánh, người, trời như điện chớp.
Tâm thể không thị cũng không phi
Phật tánh chẳng hư cũng chẳng thật.
Bỗng dưng dấy, bỗng dưng dừng
Xưa qua nay lại luống nghĩ bàn.
Đâu chỉ chôn vùi thừa Tổ tông

Lại khiến yêu ma nhà mình lộng.

Muốn tìm tâm, đừng tìm ngoài
Bản thể như nhiên tự rỗng lặng.
Niết-bàn sanh tử buộc ràng suông
Phiền não Bồ-đề đối địch rỗng.
Tâm tức Phật, Phật tức tâm
Diệu chỉ sáng ngời suốt cổ kim.
Xuân đến, tự nhiên hoa xuân nở
Thu về, hiện rõ nước thu sâu.

Bỏ vọng tâm, giữ chân tánh
Như người tìm bóng mà quên kính.
Đâu biết bóng có từ nơi gương
Chẳng rõ vọng từ trong chân hiện.
Vọng đến không thật cũng không hư
Gương nhận không cong cũng không thẳng.

Cũng không tội, cũng không phước
Lầm sánh ma-ni cùng bạch ngọc.
Ngọc có vết chừ châu có tỳ
Tánh vốn không hồng cũng không lục.
Cũng không được, cũng không mất,
Bảy lần bảy là bốn mươi chín.
Tam độc cửu tình nhật trong không
Lục độ vạn hạnh sóng trên biển.
Lặng, lặng, lặng, chìm, chìm, chìm
Cái tâm muôn pháp là tâm Phật.
Tâm Phật lại cùng tâm ta hợp
Lẽ ấy như nhiên suốt cổ kim.

 Đi cũng thiền, ngồi cũng thiền
Trong lò lửa rực, một hoa sen.

Ý khí mất thì thêm ý khí
Được nơi an tiện hãy an tiện.
Chao! Chao! Chao! Ối! Ối! Ối!
Bọt trong biển cả nổi chìm rỗng.
Các hạnh vô thường tất cả không
Linh cốt Tiên sư chỗ nào thấy?
Tỉnh tỉnh thức, thức tỉnh tỉnh
Bốn góc đạp đất chớ chinh nghiêng.
Người nào nơi đây tin được đến
Trên đảnh Tỳ-lô cất bước đi
Hét!

TUỆ TRUNG (1230 - 1291) -- Bản dịch HT Thanh Từ

--- ---

95

LIVING AMID DUST AND ENJOYING THE WAY

By Tran Nhan Tong

(NOTE: The following is not a poem; it is longform prose composed by the King Tran Nhan Tong (1258-1308), who founded the Truc Lam Zen school. This rhythmic prose has ten sections, gradually showing the Way of Truc Lam Zen. At the end of the prose is a four-line poem that summarizes his Zen teachings. The Vietnamese version used here comes from the works of the Zen master Thich Thanh Tu (b. 1924), who has revived and popularized Truc Lam Zen in Vietnam these days, and whose works I am indebted to.)

Living Amid Dust and Enjoying the Way

FIRST SECTION

I sit in the city, feel like a monk in mountains and forests,
see all karma calming down, and enjoy the peaceful self-
nature.
For a half day, the body and mind are fully at ease.

The river of desire and attachment dries out;
I don't remember any beloved gem or precious jewelry.
The sound of right and wrong becomes quiet;
I now hear unrestricted the swallows chattering and the robins
singing.

Many people enjoy boating on clear rivers;
others, hiding in green mountains.
Everybody sees that the cherry flowers are pink
and the willow trees are green;
however, few realize the true color.

The silver moon, with its blue light, shines brightly all over
the river of meditation.
The sun of wisdom lights up all things --
the gentle willow trees, and the beautiful flowers.

If you want to fly, just change your bones and ask for the
medication from deities.
If you want longevity, just go to heaven where they make the
elixir of life.

Though I read the Book of Changes for pleasure, I treasure
the bright nature of the mind more than all the jewelry.
Since I read and appreciate the Buddhist Scriptures, I cherish

the mind of no-thought more than all the gold.

SECOND SECTION

Just know that!
Just realize the mind; There is no other way.
This is the way to calm the mind:
keep the bright nature of mindfulness.
Stop the false thoughts;
just watch the thoughts fade away unmistakably.
When not a thought of self and others arises in your mind,
you will see the true appearance of the diamond mind.
When not a thought of greed and hatred arises in your mind,
you will see clearly the mind of perfect enlightenment.

The Pure Land is the pure mind.
Don't be doubtful, don't ask for the direction to the west.
Amitabha is the bright nature of the mind.
Thus, you don't need to work hard to come to the Land of
Great Bliss.

Be mindful of your body and mind,
train yourself to live in the nature of mindfulness,
and don't boast in any way.
Be moral,
fight against the impermanence,
and don't cling to fame and wealth.

Eat fruits and vegetables, fear the karma of eating, and don't
be picky about foods despite their bitter or spicy flavor.
Wear simple fabrics, be mindful of the body,
and don't be anxious about clothes despite their black or
white color.

If you live happily with morality, one half of your hut will be
more precious than any heavenly palace.
If you cherish constantly kindness and righteousness,
three pieces of tile from your roof are more admirable than
any castle.

THIRD SECTION

If you understand the mind,
then all misconduct becomes empty,
and the practice has no obstacles.

Treasure the bright nature of the mind, and don't go astray;
Study and practice yourself, always in the right way.
Buddha is the mind; just ask for the response from Ma To.
Ignore all the riches and forms;
just learn the behavior from Layman Bang.

Living with the bright nature of the mind,
I cling to nothing,
to neither any wealth nor Canh Dieu Yen Tu Mountain.
Being mindful of what I see and hear,
I have no thoughts running,
and don't need to sit in San Temple on Dong Mountain.

Those who live amid the dust and practice well the way will
have the best admirable merits.
Those who live in forests and don't know the way will have
the misfortune of wasting time.

You should vow to find an enlightened master and learn
studiously from him;
the fruit of bodhi may become ripe in just one night.

It is a rare opportunity to meet an enlightened practitioner;
It takes many lifetimes to see an udumbara tree blooming.

FOURTH SECTION

Just believe and watch:
If you know the one mind, all delusions will be gone.
After transforming the three poisons,
you will realize the three bodies.
To cut the shackles from the six senses,
you have to tame the six rebels.

If you want to change your bone structure [to become a Taoist immortal], find and learn to make the sacred medicines. If you ask me about the way of true emptiness, I will respond, simply do not run away from or cling to sounds and forms.

Know the true suchness, and believe in the wisdom; hence, you won't search any more for Buddha in the West or East. Realize the true appearance, and understand the inaction way; hence, you don't need to toil to ask for the Zen Classics in the South or North.

Read the teachings from Three Baskets,
follow the rule book of Zen garden,
burn the five kinds of incense,
no need to spend on sandalwood incense.

You are no different from Sakya Buddha when you cultivate the mind of kindness and righteousness, and practice the way and the virtues.
You are truly Maitreya Bodhisattva when you keep the precepts, and have no thoughts of envy and desire.

FIFTH SECTION

And then you know!
The Buddha is in the house;
you don't need to search afar.
You are looking for the Buddha because you neglect the
source.
When you realize the nature of awareness,
you will then know that the Buddha is you.

Once you understand five Zen sentences, you will know how
to relax playfully in the unbounded country.
Once you understand three Buddhist sutras, you will know
how to sit leisurely at the border of the limitless land.

When you practice the way and don't cling to the senses, you
are sitting in the scripture school and passing through the
patriarch gate.
Thus, avoid the right and wrong, cling not to sounds and
forms, and beware of turning loose while walking through
miles of willow trees and paths of flowers.

The Buddha is kind and compassionate;
I vow to be near and learn from him for countless lifetimes.
The Emperor is generous and tolerant;
once you enter his royal court, you will have no past burdens.

Though sewn or patched, the clothes and blankets still keep
you warm over the seasons.
Though white or brown, the cooked rice and gruel still keep
you full or less hungry.

Don't lock the eight consciousnesses, or depress the eight

winds -- the more oppression, the more resistance.
Understand the three mysteries, then expand the three
essential principles; after cutting [a piece of diamond], polish
[it].

The guitar originally has no strings;
use it to play the song of the unborn mind.
The flute has no holes; use it to play the song of peace.

Don't pass up the root to search for the branches;
I am very sorry that the elder Cau Chi still has one finger for
you to cling to.
Don't mistakenly think the mirror steals your head; I would
laugh at Yajnadatta.
Once you are in the diamond cage,
you will know that the practice is not hard;
then safely, you can swallow the bamboo prickles.

SIXTH SECTION

That's true!
Live with the empty mind; then, you will naturally enter the
way.
Once the three karmas stop, your body and mind will be
peaceful.
Once you attain the one mind, you will understand the
patriarch's teachings.

Beware that only stray Zen folks grasp the texts and dig for
meanings, and see that only skillful monks can realize the
principle and know how to live the way.
Asking about the unholy and the holy?
I now say that the rain leaks through fabric curtains, and

bounces away from the walls.
Asking about the great vehicle and the small one?
I now say frankly and briefly that one is a string to thread
through the coins, and the other a rope to pull up a bucket of
water from the well.

Realize that the mind is shining bright constantly;
hence, don't worry about when the time comes for you to
enter the way.
Just nurture the bright nature of the mirror continuously;
hence, don't be disturbed by the senses and their objects.

If the gold still has impurities from the ore,
you have to cast it nine more times,
and forge it nine more times.
Thus, all the wealth can not make a thought of desire arise
from you, who lives happily with simple meals, though
vegetables or gruel.

Those who keep all the precepts purely in mind and in
appearance are the bodhisattvas adorning the universe.
Those who serve the king loyally and their parents
respectfully are the virtuous persons.

You, the meditators, have to be selective about good friends
for whom you are willing to die to repay their assistance.
You, learners of the way, have to revere the masters to whom
you have no ways to return the gratitude even if your bones
are crushed and ground.

SEVENTH SECTION

Thus, that's true!

The more you practice, the more you know that
Buddhist teachings are very precious.
When ignorance is gone,
you will see the mind's essence more clearly.
When affliction disappears,
you will immerse yourself in the way and morality.

Read the sutra inside your heart,
then you will see the traces of Buddha's words.
Study the responses from patriarchs,
then you will know it's not hard to enter the way.
Realize the root of mind, wash away all worldly
circumstances, and don't let even a speck of dust remain.
Knock the flagpole down, know and see completely,
and don't let any affliction linger in mind.

Kindle the flame of enlightenment,
and burn down the forest of false views from the past.
Wield the sword of wisdom,
and sweep away all the passions now still hovering.
Be grateful to the Buddha, hold dear your parents,
revere the masters, and learn the way.
Appreciate Lord Gautama, eat no animals,
keep the precepts, and be vegetarian.

To cherish his kindness, vow to be near and learn from him
for countless lifetimes.
To show gratitude for being saved, prefer to die a million
times bitterly than to live without the Dharma.
If you uphold righteousness and live the way constantly, you
are truly good even if you have only incense and flowers for
the offering.

If your words proclaim faith but your mind is immoral, you are truly bad even if you present offerings of gold and jewels.

EIGHTH SECTION

Thus, that's true!
Practice skilfully, and never quit learning.
Shake away the consciousness,
and don't let it latch onto the mind.
Be patient to watch the false thoughts fade away, and don't let any of them hover around.

Those who get drunk with power and fame are all naïve.
Those who gather merit and wisdom are all wise.

Build bridges and roads, enhance temples and shrines, adorn the world outside, and practice with the actual phenomena.

Hunt for the mind of joy and detachment, nurture the mind of kindness and compassion, attain liberation in mind, and constantly read the sutra inside your heart.

Tame your mind to become a Buddha,
and toil to polish it constantly;
Just like sifting through sand to find gold,
you have to pick and choose so many times.

Read the Buddha's words, investigate patriarchs' words, and practice the teachings all along.
Revere the Buddha, cultivate yourself and avoid any error though as slight as a thread of silk or a strand of hair.

Understand all the dharma sayings; then, not one thought of fear would arise in your mind.

Guard your senses skilfully; then, the eight winds could not move you

NINTH SECTION

Thus, now I tell you.
The teaching methods used by patriarchs are very different, but they will lead you to the same gate.
If you talk only about the days after Ma To, then you miss a previous incident when Bodhidharma met Luong Vu De.

"The merit from good deeds are all empty." Those who don't understand this are all clinging to delusions and making more mistakes.
Since the words "vast emptiness" and "don't know" were spoken, they have been echoing in the ears of ignorant persons.

Bodhidharma was born in India, died in Shaolin Temple, and pretended to be buried at the foot of the Hung Nhi Mountain. Some generations later, a poem was written on a wall of that temple, saying that the human body was the bodhi tree and that the mind was a luminous mirror.

The elder Vuong wielded a sword and killed a cat, clearing all doubtful thoughts about the head monk.
The Zen Master Tu Ho pretended to whistle to his dog to test the responses from younger generations.

The rice at Lu Lang Market was very expensive;
nobody was allowed to haggle.
The walkways in Thach Dau's monastery were so slippery;
it was hard to come there to ask for the way.

Pha Tao took down the banners,
trampling divine signs to save the Kitchen God.
Cau Chi moved a finger, using the old style from his master.

Lam Te's sword and Bi Ma's crutch were handled freely to
show the way for the asking monks.
Doan's lion and Huu's buffalo appeared to warn the arrogant
Buddhists.

Lifting a fan and moving a bamboo rod were all means to see
whether the learners had understood.
Throwing a ball or handing a dipper was just a means for
dharma friends to demonstrate their understanding.

Thuyen Tu moved a paddle, though the time had not yet come
for the green river to take him in for purification.
Dao Ngo swung a tablet, while the ghosts confused him with
a strange spirit.
Van Yen's dragon swallowed the universe, scaring the
observers.
Nghia Ton's snake lay across the world, spreading rumors
afar.

The cypress is the mind;
don't mistake that for the eastern direction.
The boy Binh Dinh is fire;
don't mistake that for the northern direction.

Though Trieu Chau served tea and Thieu Duong gave cakes,
many Zen practitioners still feel hungry.
Despite having rice fields in Tao Khe and gardens in Thieu
That, the monks still leave them untamed.

Long ago a monk became enlightened when dropping a
bundle of firewood or when kindling a flame of a lamp; this
was because he had absorbed a great doubt for the truth.
Long ago a monk got enlightenment when seeing the cherry
flower or when hearing a pebble strike a bamboo tree; this
was because he had calmly watched his senses for long.

TENTH SECTION

The patriarchs all realized the one emptiness, despite their
different personality traits.
The responses from patriarchs hide no secrets;
It is just that your mind has something to cling to and get
trapped in.

The monks from Hinayana could not understand well, though
the Buddha did not separate the perfect nirvana from an
illusory citadel.
The bodhisattvas realized the way and attained liberation,
whether they lived in forests or in the city.

Wild mountains and serene forests are places where the
recluses enjoy living.
Quiet temples and peaceful shrines are scenes where the
practitioners go strolling.

Those riding high horses under large sunshades would not
win the respect from Hell Master.
Those living in jewel palaces or in golden castles would meet
many beloved persons in hell.

Desiring power and fame, and clinging to the sense of self
and others are the thoughts that keep people unenlightened.

Living in the way and morality, and transforming body and mind are the works that make people enlightened.

While the eyebrows are horizontal, the nose is vertical;
Human faces are different but have the same structural principle.
While the holy watch, the unholy play with thoughts;
The distance is thousands of miles away.

Thus, listen to the following poem.

Living amid the dust and enjoying the way,
you should let all things take their course.
When hungry, just eat; when tired, just sleep.
The treasure is in your house; don't search anymore.
Face the scenes, and have no thoughts;
then you don't need to ask for Zen.

TRẦN NHÂN TÔNG (1258-1308)

--- ---

CƯ TRẦN LẠC ĐẠO

Phú của Trần Nhân Tông

(GHI CHÚ: Bài dưới đây không phải là thơ; đây là bài phú dài của Vua Trần Nhân Tông (1258-1308), người đã sáng lập dòng Thiền Trúc Lâm. Bài phú này có 10 phần, tuần tự chỉ ra đường lối của Thiền Trúc Lâm. Cuối bài phú là một bài thơ bốn dòng tóm tắt Thiền pháp của ngài. Bản tiếng Việt dùng nơi đây là từ công trình của Thiền sư Thích Thanh Từ (sinh năm 1924), người hồi phục và quảng bá Thiền Trúc Lâm tại Việt Nam hiện nay, và có những công trình mà tôi mang nợ.)

Cư Trần Lạc Đạo Phú

HỘI THỨ NHẤT

Mình ngồi thành thị;
Nết dụng sơn lâm.
Muôn nghiệp lặng an nhàn thể tính;
Nửa ngày rồi tự tại thân tâm.

Tham ái nguồn dừng,
chẳng còn nhớ châu yêu ngọc quý;
Thị phi tiếng lặng,
được dầu nghe yến thốt oanh ngâm.

Chơi nước biếc, ẩn non xanh,
nhân gian có nhiều người đắc ý;
Biết đào hồng, hay liễu lục,
thiên hạ năng mấy chủ tri âm.

Nguyệt bạc vừng xanh,
soi mọi chỗ thiền hà lai láng;
Liễu mềm hoa tốt,
ngất quần sinh tuệ nhật sâm lâm.

Lo hoán cốt, ước phi thăng,
đan thần mới phục;
Nhắm trường sinh, về thượng giới,
thuốc thỏ còn đam.

Sách Dịch xem chơi,
yêu tính sáng yêu hơn châu báu;
Kinh nhàn đọc dấu,

trọng lòng rồi trọng nữa hoàng kim.

HỘI THỨ HAI

Biết vậy!
Miễn được lòng rồi;
Chẳng còn phép khác.
Gìn tính sáng tính mới hầu an;
Nén niềm vọng, niềm dừng chẳng thác.
Dứt trừ nhân ngã, thì ra tướng thực kim cương;
Dừng hết tham sân, mới lảu lòng màu viên giác.

Tịnh độ là lòng trong sạch,
chớ còn ngờ hỏi đến Tây phương;
Di Đà là tính sáng soi,
mựa phải nhọc tìm về Cực lạc.

Xét thân tâm, rèn tính thức,
há rằng mong quả báo phô khoe;
Cầm giới hạnh, địch vô thường,
nào có sá cầu danh bán chác.

Ăn rau ăn trái,
nghiệp miệng chẳng hiềm thuở đắng cay;
Vận giấy vận sồi, thân căn có ngại chi đen bạc.

Nhược chỉn vui bề đạo đức,
nửa gian lều quý nữa thiên cung;
Dầu hay mến thuở nhân nghì,
ba phiến ngói yêu hơn lầu gác.

HỘI THỨ BA

Nếu mà cốc,

Tội ắt đã không.
Phép học lại thông.

Gìn tính sáng, mựa lạc tà đạo;
Thửa mình học, cho phải chính tông.
Chỉn bụt là lòng, xá ướm hỏi đòi cơ Mã tổ;
Vong tài đối sắc, ắt tìm cho phải thói Bàng công.

Áng tư tài, tính sáng chẳng tham,
há vì ở Cánh Diều Yên Tử ;
Rần thanh sắc niềm dừng chẳng chuyển,
lọ chi ngồi am Sạn non Đông.

Trần tục mà nên, phúc ấy càng yêu hết tấc
Sơn lâm chẳng cốc, họa kia thực cả đồ công.

Nguyền mong thân cận minh sư,
quả bồ đề một đêm mà chín;
Phúc gặp tình cờ tri thức,
hoa ưu đàm mấy kiếp đơm bông.

HỘI THỨ TƯ

Tin xem:
Miễn cốc một lòng;
Thì rồi mọi hoặc.
Chuyển tam độc mới chứng tam thân ;
Đoạn lục căn, nên trừ lục tặc.

Tìm đường hoán cốt,
chỉn xá năng phục dược luyện đan;
Hỏi phép chân không,
hề chi lánh ngại thanh chấp sắc.

Biết chân như, tin bát nhã,
chớ còn tìm Phật tổ Tây Đông;
Chứng thực tướng, ngỡ vô vi,
nào nhọc hỏi kinh Thiền Nam Bắc.

Xem Tam tạng giáo,
ắt học đòi Thiền uyển thanh quy;
Đốt ngũ phận hương,
chẳng tốn đến chiên đàn chiêm bặc.

Tích nhân nghì, tu đạo đức,
ai hay này chẳng Thích Ca;
Cầm giới hạnh, đoạn xan tham,
chỉn thực ấy là Di Lặc.

HỘI THỨ NĂM

Vậy mới hay!
Bụt ở cong nhà;
Chẳng phải tìm xa.
Nhân khuấy bổn nên ta tìm bụt;
Đến cốc hay chỉn bụt là ta.

Thiền ngỏ năm câu, nằm nhãng cong quê Hà hữu;
Kinh xem ba biến, ngồi ngơi mái quốc Tân la.

Trong đạo nghĩa, khoáng cơ quan,
đà lọt lẫn trường kinh cửa tổ;
Lánh thị phi, ghê thanh sắc,
ngại chơi bời dặm liễu đường hoa.

Đức bụt từ bi,
mong nhiều kiếp nguyễn cho thân cận;
Ơn Nghêu khoáng cả,

lọt toàn thân phô việc đã tha.

Áo miễn chăn đầm ấm qua mùa,
hoặc chằm hoặc xễ;
Cơm cùng cháo đói no đòi bữa,
dầu bạc dầu thoa.

Ngăn bát thức,
nén bát phong, càng đè càng bội;
Lẫy tam huyền,
nong tam yếu, một cất một ma.

Cầm vốn thiếu huyền,
xá đàn dấu xoang vô sinh khúc;
Địch chăng có lỗ,
cũng bấm chơi xướng thái bình ca.

Lẫy cội tìm cành,
còn khá tiếc Câu Chi trưởng lão;
Khuấy đầu chấp bóng,
ắt kham cười Diễn Nhã Đạt Đa.
Lọt quyền Kim cương,
há mặt hầu thông nên nóng
Nuốt bồng lật cứt, nào tay phải xước tượng da.

HỘI THỨ SÁU

Thật thế!
Hãy xá vô tâm;
Tự nhiên hợp đạo.
Dừng tam nghiệp mới lặng thân tâm;
Đạt một lòng thì thông tổ giáo.

Nhận văn giải nghĩa,

rạc rài nên Thiền khách bơ vơ;
Chứng lý tri cơ, cứng cát phải nạp tăng khôn khéo.
Han hữu lậu, han vô lậu,
bảo cho hay: the lọt, duộc thưng;
Hỏi Đại thừa, hỏi Tiểu thừa,
thưa thắng tắt: lòi tiền, tơ gáo.

Nhận biết làu làu lòng vốn,
chẳng ngại bề thời tiết nhân duyên;
Dồi cho vặc vặc tính gương,
nào có nhuốm căn trần huyên náo,

Vàng chửa hết quặng,
xá tua chín phen đúc chín phen rèn;
Lộc chẳng còn tham,
miễn được một thì chay một thì cháo.

Sạch giới lòng, dồi giới tướng,
nội ngoại nên Bồ tát trang nghiêm;
Ngay thờ chúa, thảo thờ cha,
đi đỗ mới trượng phu trung hiếu.

Tham thiền kén bạn,
nát thân mình mới khá hồi ân;
Học đạo thờ thầy,
lọt xương óc chưa thông của báo.

HỘI THỨ BẢY

Vậy mới hay.
Phép bụt trọng thay;
Rèn mới cốc hay.
Vô minh hết bồ đề thêm sáng;

Phiền não rồi đạo đức càng say.

Xem phỏng lòng kinh,
lời bụt thốt dễ cho thấy dấu;
Học đòi cơ tổ,
xá thiền không khôn chút biết nay (nơi).
Cùng căn bản, rửa trần duyên,
mựa để mấy hào ly đương mặt;
Ngã thắng chàng, viên tri kiến,
chớ cho còn họa giữa cong tay.

Buông lửa giác ngộ,
đốt hoại thảy rừng tà ngày trước;
Cầm kiếm trí tuệ,
quét cho không tính thức thuở nay.
Vâng ơn Thánh, xót mẹ cha, thờ thầy học đạo;
Mến đức Cồ, kiêng bùi ngọt, cầm giới ăn chay.

Cảm đức từ bi, để nhiều kiếp
nguyền cho thân cận;
Đội ơn cứu độ, nát muôn thân
thà chịu đắng cay.
Nghĩa hãy nhớ, đạo chẳng quên,
hương hoa cúng xem còn nên thảo;
Miệng rằng tin, lòng lại lỗi,
vàng ngọc thờ cũng chửa hết ngay.

HỘI THỨ TÁM

Chưng ấy:
Chỉn xá tua rèn;
Chớ nên tuyệt học.
Lay ý thức chớ chấp chằng chằng;

Nén niềm vọng mựa còn xóc xóc.

Công danh mảng đắm,
ấy toàn là những đứa ngây thơ;
Phúc tuệ gồm no,
chỉn mới khá nên người thực cốc.

Dựng cầu đò, dồi chiền tháp,
ngoại trang nghiêm sự tướng hãy tu;
Săn hỷ xả, nhuyễn từ bi,
nội tự tại kinh Lòng hằng đọc.

Rèn lòng làm bụt, chỉn xá tua một sức dồi mài;
Đãi cát kén vàng, còn lại phải nhiều phen lựa lọc.

Xem kinh đọc lục,
làm cho bằng thửa thấy thửa hay;
Trọng bụt tu thân, dùng mựa lỗi một tơ một tóc.

Cùng nơi ngôn cú,
chỉn chăng hề một phút ngại lo;
Rất thửa cơ quan,
mựa còn để tăm hơi lọt lọc.

HỘI THỨ CHÍN

Vậy cho hay:
Cơ quan tổ giáo;
Tuy khác nhiều đàng,
Chẳng cách mấy gang.
Chỉn xá nói từ sau Mã tổ;
Ắt đã quên thuở trước Tiêu Hoàng.

Công đức toàn vô, tính chấp si càng thêm lỗi;

Khuếch nhiên bất thức, tai ngu mảng ắt còn vang.

Sinh Thiên Trúc, chết Thiếu Lâm,
chôn dối chân non Hùng Nhĩ;
Thân bồ đề, lòng minh kính,
bài giơ mặt vách hành lang.

Vương lão chém mèo,
rạt thảy lòng ngừa thủ tọa;
Thầy hồ khua chó, trỏ xem trí nhẹ con giàng.

Chợ Lư Lăng gạo mắc quá ư, chẳng cho mà cả;
Sở Thạch Đầu đá trơn hết tắc, khôn đến thưa đang.

Phá Táo cất cờ,
đạp xuống dấu thiêng thần miếu;
Câu Chi dời ngón, dùng đòi nếp cũ ông ang.

Lưỡi gươm Lâm Tế, nạng Bí Ma,
trước nạp tăng no dầu tự tại;
Sư tử ông Đoan, trâu thầy Hựu,
răn đàn việt hượm xá nghênh ngang.

Giơ phiến tử, cất trúc bề,
nghiệm kẻ học cơ quan nhẹ nhẵn;
Xô hòn cầu, cầm mộc thược,
bạn thiền hòa chước móc khoe khoang.

Thuyền Tử rà chèo,
dòng xanh chửa cho tịnh tẩy;
Đạo Ngô múa hốt,
càn ma dường thấy quái quàng.
Rồng Yểm Lão nuốt càn khôn,
ta xem chỉn lệ;

Rắn ông Tồn ngang thế giới,
người thấy ắt dang.

Cây bách là lòng,
thác ra trước phải phương Thái Bạch;
Bính đinh thuộc hỏa,
lại trở sau lỗi hướng Thiên cang.

Trà Triệu Lão, bánh Thiều Dương,
bầy thiền tử hãy còn đói khát;
Ruộng Tào Khê vườn Thiếu Thất,
chúng nạp tăng những để lưu hoang.

Gieo bó củi, nẩy bông đèn, nhân mang mới nết;
Lộc đào hoa, nghe tiếng trúc, mặc vẻ mà sang.

HỘI THỨ MƯỜI

Tượng chúng ấy,
Cốc một chân không;
Dùng đòi căn khí.
Nhân lòng ta vướng chấp khôn thông;
Há cơ tổ nay còn thửa bí.

Chúng Tiểu thừa cốc hay chữa đến,
Bụt xá ngăn Bảo sở hóa thành;
Đấng Thượng sĩ chứng thực mà nên,
ai ghẻ có sơn lâm thành thị.

Núi hoang rừng quạnh,
ấy là nơi dật sĩ tiêu dao;
Chiền vắng am thanh,
chỉn thực cảnh đạo nhân du hý.

Ngựa cao tán cả,
Diêm vương nào kể đứa nghênh ngang;
Gác ngọc lầu vàng,
ngục tốt thiếu chi người yêu quý.

Chuộng công danh, lồng nhân ngã,
thực ấy phàm phu;
Say đạo đức, dời thân tâm,
định nên thánh trí.

mày ngang mũi dọc,
tướng tuy lạ xem ắt bằng nhau;
Mắt thánh lòng phàm,
thực cách nhẫn vàn vàn thiên lý.

Kệ rằng:

Cư trần lạc đạo thả tùy duyên
Cơ tắc xan hề khốn tắc miên
Gia trung hữu bảo hưu tầm mích
Đối cảnh vô tâm mạc vấn thiền

(Ở đời vui đạo, hãy tùy duyên,
Đói cứ ăn đi mệt ngủ liền.
Trong nhà có báu thôi tìm kiếm,
Đối cảnh vô tâm, chớ hỏi thiền.)

TRẦN NHÂN TÔNG (1258-1308) –Bản dịch HT Thanh Từ

THE END

ABOUT THE AUTHOR

VỀ TÁC GIẢ

Nguyên Giác, pháp danh, Cư sĩ Phật giáo, sinh năm 1952 tại Việt Nam. Hiện đang định cư tại bang California, Hoa Kỳ. Đã từng cộng tác với nhiều báo, như Tập san Nghiên cứu Triết học (Đại học Văn Khoa, Sài Gòn), Tự Thức, Văn, Văn Học, Hợp Lưu, Tạp chí Thơ, Việt Báo, Tạp chí Giao Điểm, Giác Ngộ và nhiều báo khác.

Các sách đã xuất bản:

- Cậu bé và hoa mai (tập truyện ngắn)
- Thiếu nữ trong ngôi nhà bệnh (tập truyện ngắn)
- Vài chú giải về thiền đốn ngộ
- Thiền tập (biên dịch)
- Ba thiền sư (dịch từ nguyên tác của John Stevens)
- Trần Nhân Tông, Đức Vua Sáng Tổ Một Dòng Thiền (song ngữ)
- The Wisdom Within, Teachings and Poetry of the Vietnamese Zen Master Tue Trung Thuong Sy (song ngữ)
- Teachings From Ancient Vietnamese Zen Masters (song ngữ)
- Thiền tập trong đời thường
- Thiền Tông Qua Bờ Kia
- Kinh Nhật Tụng Sơ Thời
- Kinh Pháp Cú Tây Tạng